கை

கிழக்கு பதிப்பக வெளியீடுகளாக சுஜாதாவின் புத்தகங்கள்

மீண்டும் ஜீனோ
நிறமற்ற வானவில்
நில்லுங்கள் ராஜாவே
தீண்டும் இன்பம்
ஆஸ்டின் இல்லம்
அனிதாவின் காதல்கள்
நைலான் கயிறு
24 ரூபாய் தீவு
அனிதா இளம் மனைவி
கொலை அரங்கம்
கமிஷனருக்கு கடிதம்
அப்ஸரா
பாரதி இருந்த வீடு
மெரீனா
ஆர்யபட்டா
என் இனிய இயந்திரா
காயத்ரி
ப்ரியா
தங்க முடிச்சு
எதையும் ஒருமுறை
ஊஞ்சல்
ஓரிரவில் ஒரு ரயிலில்
மீண்டும் ஒரு குற்றம்
விக்ரம்
நில், கவனி, தாக்கு!
வாய்மையே சில சமயம்
வெல்லும்
ஆ..!
வசந்த காலக் குற்றங்கள்
சிவந்த கைகள்
ஒரே ஒரு துரோகம்
இன்னும் ஒரு பெண்
6961
ஜோதி
மாயா
ரோஜா
ஓடாதே
மேற்கே ஒரு குற்றம்
விபரீதக் கோட்பாடு
ஐந்தாவது அத்தியாயம்
மலை மாளிகை
விடிவதற்குள் வா
மூன்று நாள் சொர்க்கம்
பத்து செகண்ட் முத்தம்
கம்ப்யூட்டர் கிராமம்
இளமையில் கொல்
மேகத்தை துரத்தியவன்
ஒரு நடுப்பகல் மரணம்
நகரம்
இதன் பெயரும் கொலை
மண்மகன்
தப்பித்தால் தப்பில்லை
விழுந்த நட்சத்திரம்
முதல் நாடகம்
ஆட்டக்காரன்
ஜன்னல் மலர்
என்றாவது ஒரு நாள்
வைரங்கள்
மேலும் ஒரு குற்றம்
சொர்க்கத் தீவு
கனவுத் தொழிற்சாலை
ஆயிரத்தில் இருவர்
பதினாலு நாட்கள்
உள்ளம் துறந்தவன்
பிரிவோம் சந்திப்போம்
கரையெல்லாம் செண்பகப்பூ
இரண்டாவது காதல் கதை
நிர்வாண நகரம்
குருபிரசாதின் கடைசி தினம்
இருள் வரும் நேரம்
திசை கண்டேன் வான் கண்டேன்
ஆழ்வார்கள் - ஓர் எளிய அறிமுகம்
தேடாதே
விருப்பமில்லாத் திருப்பங்கள்
விரும்பிச் சொன்ன பொய்கள்
கை
ஆதலினால் காதல் செய்வீர்
நூற்றாண்டின் இறுதியில் சில சிந்தனைகள்
அப்பா, அன்புள்ள அப்பா
மிஸ். தமிழ்த்தாயே, நமஸ்காரம்!
சிறு சிறுகதைகள்
வாரம் ஒரு பாசுரம்
வானத்தில் ஒரு மௌனத்தாரகை
கடவுள் வந்திருந்தார்
அனுமதி
ஓலைப் பட்டாசு
சேகர், சிங்கமய்யங்கார் பேரன்
கம்ப்யூட்டரே ஒரு கதை சொல்லு
டாக்டர் நரேந்திரனின் விநோத வழக்கு
நிஜத்தைத் தேடி
பாதி ராஜ்யம்
சில வித்தியாசங்கள்

கை

சுஜாதா

கிழக்கு

கை
Kai
by Sujatha
Sujatha Rangarajan ©

Kizhakku First Edition: January 2011
64 Pages
Printed in India.

ISBN: 978-81-8493-629-2
Title No: Kizhakku 609

Kizhakku Pathippagam
177/103, First Floor,
Ambal's Building, Lloyds Road
Royapettah, Chennai 600 014.
Ph: +91-44-4200-9603

Email : support@nhm.in
Website : www.nhm.in

Cover Image: Shutterstock

Kizhakku Pathippagam is an imprint of New Horizon Media Private Limited

This book is sold subject to the condition that it shall not, by way of trade or otherwise, be lent, resold, hired out, or otherwise circulated without the publisher's prior written consent in any form of binding or cover other than that in which it is published and without a similar condition including this the rights under copyright reserved above, no part of this publication may be reproduced, stored in or introduced into a retrieval system, or transmitted in any form or by any means (electronic, mechanical, photocopying, recording or otherwise), without the prior written permission of both the copyright owner and the above-mentioned publisher of this book.

ஒரு காகிதத்தை அவனிடம் கொடுத்துப் பாருங்கள். அதை ஆரிகாமி முறையில் மடித்து மடித்து விரல்களால் சின்னக்கவிதை செய்ததுபோல ஒரு பறவை செய்துவிடுவான். வாயைப் பிடித்து இழுத்தால் இறக்கையை அடித்துக்கொள்ளும். படக்! படக்! ஏதாவது பீற்றல் பிளாஸ்டிக் நாடாவை அவனிடம் கொடுத்துப் பாருங்கள். சரக் சரக் என்று கோத்துக்கோத்து மீன் செய்து அதற்குக் கறுப்பாக கண்ணும் வைத்துவிடுவான்.

1

தன்னம்பிக்கை, எச்சரிக்கை, தணிக்கை, இருக்கை போன்ற வார்த்தைகளின் எண்ணிக்கை இந்தக் கதையில் அதிகமாக இருந்தால் சிலேடை நோக்கம் எதுவும் எனக்கு இல்லை என்பதை வாசகர்களுக்கு அமெரிக்கையாகத் தெரிவித்துக் கொள்கிறேன்.

கதை சிவத்தம்பியைப் பற்றியது. சிறப்பாக அவன் கைகளைப் பற்றியது. முதலில் சிவத்தம்பி. வயது முப்பது ஆகவில்லை. இருபத்து மூன்றில் பால் டிப்போவில் தாற்காலிக வேலையின் பிரகாசத்தில் கல்யாணம் கட்டிக் கொடுத்துவிட்டார்கள் - மங்களா. கல்யாணம் ஆன சூட்டோடு சர்க்கார் விளம்பர வற்புறுத்தல்கள் விளங்குவதற்குள் மனைவி உண்டாகி, ரோகிணி, ரோ - அப்படித்தான் குழந்தையைக் கூப்பிடுகிறான். பிறந்த அதிர்ஷ்டம் டிப்போ வேலை போய்விட்டது. ‘மூணு மாசம் கழிச்சு வாங்க தம்பி. திரியும் வேக்கன்ஸி வந்தாச் சொல்றோம்.’

கொஞ்சநாள் திருமுருகன் ஸ்டோர்ஸில் கணக்கு எழுதிப் பார்த்தான் (150 ரூபாய்). மதுவிலக்கு தளர்த்தப்பட்டதும் திருமுருகன் பல்லாவரத்தில் ஒயின் ஸ்டோர்ஸ் ஆரம்பித்துவிட, அங்கே அவனால் தினம் செல்ல முடியாதபடி வேலை மாற்றம். அங்காளம்மன் கிரியேஷன்ஸ் புரொடக்ஷன் மானேஜருக்கு உதவியாளனாக, நடுராத்திரியில் பாயா குஸ்கா, மீன் வறுவல் பண்ருட்டி ரீட்டா என்று

சேகரித்துக்கொண்டிருந்தான். கிரியேஷன்ஸ் நாலாயிரம் அடியுடன் படுத்து, பெஞ்சு நாற்காலிகளை எல்லாம் விற்கும் நிலைக்கு வந்துவிட, வேலை இழந்து அப்போது மங்களாவுக்கு ஒரு அபார்ஷன் ஆயிற்று.

ஆஸ்பத்திரிக்கு நாயாக அலைந்து செலவு. கடன், வாடகை கொடுக்க முடியாததால் வீட்டுக்காரர் தெலுங்கில் சரளமாகத் திட்ட, வீடு மாறி இப்போது ஆர்.கே. நகரில் ஒரு வீட்டு கராஜில் தட்டி தடுப்புகள் அமைத்து மாசம் ரூபா எண்பதில் ஒரு அறையில் குடியேற்றம். ஒரு ஜன்னல். குளிப்பதற்கும் மற்ற சமாசாரங்களுக்கும் முப்பது தப்படி நடந்து சர்வண்ட்ஸ் க்வார்ட்டர்ஸுடன் இருந்தது.

இன்றைய தேதிக்கு வேலை இல்லை.

சிவத்தம்பியின் நிலைமை புரிகிறது என்று எண்ணுகிறேன். ஏழ்மை விளிம்பில் இருப்பவர்களை யாராவது சோஷியாலஜிஸ்ட் கணக்கெடுத்திருப்பார்கள், அது வெறும் புள்ளிவிவரமாகத்தான் இருக்கும். சிவத்தம்பியின் வாழ்க்கையை நாம் உன்னிப்பாகக் கவனிக்கப்போகிறோம். பட்டினிக்கு வெகு அருகே அவன். இருந்தாலும் சிவத்தம்பி வரும்போதெல்லாம் இந்தக் கதையின் பின்னணியில் சோகத்தில் தில்ரூபா வாசிக்கப் போவதில்லை. மங்களாவின் கண்ணீரை நீங்கள் ஆறாம் அத்தியாயத்தில்தான் சந்திக்கப் போகிறீர்கள். நிசமாகவே அடுத்த வேளைச் சோற்றுக்கு அவதி இருந்தாலும் அவன் சந்தோஷமாகவே இருந்தான். காரணம் தன்னம்பிக்கை.

சிவத்தம்பி ஒரு தீவிர ஆப்டிமிஸ்ட். அவனைச் செலுத்தும் சக்தியே நாளைதான். பகல் பதினொரு மணிக்கு ரோடில் நடக்கும்போது உமக்கு முன்னால் போகும் நிழலைத் துரத்தியிருக்கிறீர்களா? அதைப்போல்தான் நாளைய நம்பிக்கையைத் துரத்தினான். சமீபத்திய எதிர்காலத்தில் எப்போதும் அவனுக்கு ஒரு தங்க சரிகை இருந்தது. மூக்கருகே முன்னேற்றம் தொங்கிக் கொண்டிருந்தது.

மனுப்போட்டு அலுக்கவே மாட்டான். ‘சிமெண்டு கம்பெனிக்கு போட்டிருக்கேன் மங்களா. நிச்சயம் வரும். அப்புறம் இர்மா சோப்பில சேல்ஸ்மேன் எடுக்கறாங்களாம். அதுக்குப் போட்டிருக்கேன். மூலைல ஒரு கடை காலி ஆவுதாம். அதில் பத்திரிகைக்

கடை ஒண்ணும், சைக்கிள் கடை ஒண்ணும் தொடங்கலாம். ஹோம்லிங்ஸ்ல அப்பளம் எடுத்து வீடு வீடா விக்கலாம்.'

பட்டியலுக்கு முடிவே கிடையாது. அவன் ஆதார சித்தாந்தம், எப்போதும் ஒருவன் கஷ்டப்பட்டுக்கொண்டே இருக்க முடியாது. அது அபத்தம். ஒரு நாள் அவனுக்கு வாழ்வு வந்து தான் ஆகவேண்டும். இதை அவன் கடவுள் செயலாக எடுத்துக் கொள்ளவில்லை. கடவுள் பிசினஸ் எல்லாம் மங்களாதான். பிள்ளையார்கள் பலர் அவளுக்காக நடைபாதைகளில் காத்துக் கொண்டிருந்தனர். யாராவது ஒரு பிள்ளையார் உபயத்தில் சாயங் காலம் அஞ்சு பத்து கொண்டுவந்து விடுவான்.

சிவத்தம்பியின் கைகளைப் பற்றி இப்போது பார்ப்போம். மெத்தென்ற கைகள். பெண்களைப்போல் நளினமான விரல்கள். ஒரு காகிதத்தை அவனிடம் கொடுத்துப் பாருங்கள். அதை ஆரிகாமி முறையில் மடித்து மடித்து விரல்களால் சின்னக்கவிதை செய்ததுபோல ஒரு பறவை செய்துவிடுவான். வாயைப் பிடித்து இழுத்தால் இறக்கையை அடித்துக்கொள்ளும். படக்! படக்!

ஏதாவது பீற்றல் பிளாஸ்டிக் நாடாவை அவனிடம் கொடுத்துப் பாருங்கள். சரக் சரக் என்று கோத்துக்கோத்து மீன் செய்து அதற்குக் கறுப்பாக கண்ணும் வைத்துவிடுவான். வீட்டுக்காரர் நவராத்திரி கொலுவுக்கு தாஜ் மகால், ஜப்பானியப் பெண், நாயனம் செட் எல்லாம் சிவத்தம்பிதான் செய்தான். அடுத்த முறை பல்பு வைத்து தெப்பக்குளம் செய்து தருவதாகச் சொல்லி யிருக்கிறான். எட்சிங் தெரியும். லினோகட் செய்வான். சாக் கட்டியில் குண்டூசியை வைத்து சுரண்டிச் சுரண்டி பெர்னார்ட் ஷா பண்ணுவான். ரோவின் பாடப்புத்தகங்களுக்கு, அவன் அட்டை போடும் முறையை பேட்டண்ட் பண்ணலாம். அலட்சியமாக சித்திரம் வரைவான். அறையில் மேலே மாட்டியிருக்கிறதே, அது அவன் வரைந்ததுதான்.

அடுப்புக் கரித்துண்டில் வரைந்து ப்ளாட்டிங் பேப்பரை வைத்து தேய்த்துத் தேய்த்து வரைந்த சித்திரம். மங்களாவின் மெல்லிய புன்னகையை அப்படியே கைது செய்துகொண்டு வந்திருக் கிறான் பாருங்கள். அவன் கைகளால் என்னவெல்லாம் செய்யக் கூடியவன் என்று மங்களாவுக்கே ஒழுங்காகத் தெரியாது. இப்படித்தான் அன்றைக்கு வீட்டுக்காரர் பையன் ஒரு புல்புல் தாராவை வைத்துக்கொண்டு பிரசவிக்கப் போகும் பூனைபோல

வாசித்துக் கொண்டிருந்தான். சிவத்தம்பி, ‘மோகன்! அதை இங்கே கொண்டு வா’ என்று வரவழைத்து அதற்கு சாவி கொடுத்து கம்பிகளைச் சுருதி சேர்த்து ஃப்ளெக்ட்ரம் வைத்து நிரடி, ‘எந்தன் உள்ளம் துள்ளி விளையாடுவதும் ஏனோ?’ வாசித்தான்.

மங்களா ஆச்சரியப்பட்டுப் போய், ‘இது எங்க கத்துக்கிட்டீங்க.’ என்று கேட்டாள். ‘டுட்டோரியல் காலேஜுக்கு நோட்ஸ் எழுதிக் கொடுத்தேன் பாரு, அப்ப பக்கத்தில வாத்திய ரிப்பேர் கடை இருந்தது. அங்கே பிக் பண்ணிக்கிட்டது.’

‘உங்களுக்கு வேற என்ன எல்லாம் தெரியும்?’

‘பாய் கடையில மூணு சைஸ்ல உள்பாவாடைகூட அடிச் சிருக்கேன் லாங் கிளாத்தில. அப்புறம் சாணை பிடிப்பேன்.’

சிவத்தம்பிக்கு நிறையவே அறிமுகம் கொடுத்தாகிவிட்டது. கைகளால் மட்டும் சொற்பொழியும் ஏழை என்கிற ஐடியா உங்களுக்கு கிடைத்திருக்கும் என்று நம்புகிறேன். இனி கதை.

இன்று காலை அவன் வீட்டுக்குள் நுழைவோமா? வீடு என்ன, ஒரு அறைதான். பச்சைத் தடுப்பின் பின்புறம் டிரஸ்ஸிங் ரூம். ஈசான்ய மூலையில் பாத்திரங்கள் தரையில் அடுக்கி வைத்து, ஸ்டவ் எரிகிறதே, அதுதான் சமையல் அறை. பாக்கி உள்ள தெல்லாம் லிவிங் ரூம். கீக்கிடமாக இருந்தாலும் பொதுவாக ஒரு ஒழுங்கை அறையில் நீங்கள் கவனித்திருப்பீர்கள். பேக்கிங் கேஸ் மர ஷெல்ஃபில் (சிவத்தம்பி செய்தது) புத்தகங்கள் அழகாக அடுக்கப்பட்டிருக்கின்றன. பெரும்பாலும் தமிழ். உதாரணம் ‘சிறு தொழில் நண்பன்.’ அதே புத்தக அலமாரியில் மேல்தட்டில் பாண்டேஜ் கட்டிய பேட்டரியுடன் ஒரு டிரான்சிஸ்டர், விவித பாரதியை விட்டு நகராத முள். ‘மாப்... பிள்ளைக்கு மாமன் மனசு.’ இடதுபக்கம் போனால் சன்னலில் அலங்காரச் சட்டியில் ஜினியா. மடக்குவாட்டில் கயிற்றுக் கட்டில், கெஸ்ட் வந்தால் உட்கார. அருகே படுக்கை சுருட்டி வைக்கப்பட்டிருக்கிறது.

தரையில் உட்கார்ந்துகொண்டு சிவத்தம்பி கவனமாக வரைந்து கொண்டிருக்க, அவன் சுருள் முடியை ரோகிணி கலைத்துப் பார்த்துக்கொண்டிருந்தாள்.

‘சும்மாரும்மா.’

'என்னப்பா பொம்மை போடறீங்க?'

பதில் வராததால் எட்டிப்பார்த்தாள். அப்பாவை ஜெராக்ஸ் காப்பி எடுத்தாற்போல இருந்தாள். இரண்டு பேருக்கும் வான் நோக்கிய மூக்கு, மெலிய புருவம்.

'யார் கைப்பா இது?' படத்தில் துண்டாக ஒரு கை வரைந்து கொண்டிருந்தான்.

'யார் கையும் இல்லை. கை! அவ்வளவுதான்.'

'பொய். உங்க கைதானே இது? எனக்கு ஒரு பொம்மை போட்டுக் கொடுங்கப்பா?'

'என்ன பொம்மை?' என்றான் தன் சித்திரத்தில் கவனமாக.

அவள் பெரிய மனுஷி போல யோசித்து, 'காரு பொம்மை.' சிவத்தம்பி சிரித்து, 'போட்டுட்டாப் போச்சு. இந்த காருக்கு விலை கிடையாதே' என்று சரசரவென்று ஓரத்தில் ஒரு ஃபோக்ஸ் வாகன் வரைந்து அதைக் கிழித்துக் கொடுத்தான்.

'நிஜ கார் என்ன விலை இருக்கும்? நான் நீ அம்மா எல்லாம் போறது?'

அவன் பென்சிலைக் குடைய ஆரம்பித்தான்.

'ரோ. கொஞ்ச நேரம் அம்மாகிட்டே போயி இரு.'

'அம்மாதான் என்னை இங்க அனுப்பிச்சாங்கப்பா... என்னை பொம்மை போடுப்பா' என்று அவன் எதிரே நின்றுகொண்டு கன்னத்தின்மேல் விரலை வைத்துக்கொண்டு மாடல்போல நின்றாள். சிவத்தம்பி தன் பெண்ணை நிமிர்ந்து பார்த்துச் சிரித்தான். மறைப்பிலிருந்து சாரியை சரி செய்துகொண்டு வந்த மங்களா, 'படமா இன்னிக்கு? இப்பல்லாம் காயிதம் காயிதமா படம் வரைஞ்சுக்கிட்டே இருக்கீங்க' என்றாள்.

'மிச்சத்தையும் சொல்லிரேன். 'படம்தான் வரையறீங்க. ஒரு காசுக்கு பிரயோசனமில்லை' என்று.'

'சேச்சே. என்னங்க சண்டைக்கு அஸ்திவாரம் போடறீங்களா! சீ, விடுங்க!'

'சீ, விடுங்க' என்றது ரோகிணி பார்க்காதபோது முயன்ற விஷமத்துக்கு.

மங்களா கொஞ்சம் களைப்பாக இருப்பவள்போல இருந்தாலும், இருபத்திரண்டுக்குள் மகப்பேறு, கருச்சிதைவு இரண்டும் அவள் உடம்பைத் தளர்த்தியிருத்தாலும், அவள் முகத்தில் ஒரு வசீகரம் இருந்தது. சாலையில் அவளை மறுபடி திரும்பிப் பார்ப்பீர்கள். கீரை விற்பவரும் மோர் விற்பவளும் அவளுக்குச் சலுகை தரு வார்கள். எதிர் வீட்டில் குடியிருந்த பவுடர் கம்பனி சேல்ஸ்மேன் அவள் வாசல்புறம் துணி தோய்க்கும்போது முண்டா பனிய னுடன் கையில் மாச நாவலுடன் சன்னலிலிருந்து மார் தெரி கிறதா என்று அவளைப் பார்ப்பான்.

பயப்படாதீர்கள். அவளை இந்தக் கதையில் யாரும் கற்பழிக்கப் போறதில்லை? நோ ரேப்!

'வேலையில்லாதவனுக்கு சண்டை போட ரோஷம் ஏதும் கூடாது மங்களா...'

'சும்மா வேலையில்லை, வேலையில்லைன்னு சொல்லிக்கிட்டு சுய பரிதாபம் தேடிக்காதீங்க.'

'சுய பரிதாபமா! எனக்கா? ச்சேசே, அப்படியே நில்லு. உன்னை வரையறேன்.'

'தத். வேற வேலையில்லை? உங்களுக்கு இன்னிக்கு ஒரு இன்டர்வ்யூவுக்குப் போகணும், ஞாபகம் இருக்குதில்ல.'

'அட! ஆமாம்' என்றான். 'ரோ! பெரிய வீட்டுக்குப்போய் சின்ன முள் பெரியமுள் பார்த்துட்டு வா!' ரோ வெளியே ஓட, சட் டென்று மங்களாவின் கையைப் பற்றினான். அவள் சேலையைக் கலைத்து.-

'ஒரு நாள் உன்னை ந்யூடுல வரையத்தான் போறேன்' என்றான்.

'உங்களுக்குப் புத்தி பேதலிச்சுக்கிட்டு இருக்கு, எனக்கு என்னவோ இன்னிக்கு உங்களுக்கு நிச்சயம் கிடைச்சுரும்போலத் தோணுது.'

'ஏன் இன்டர்வ்யூ போர்டில இருக்கியா?'

'இல்லைங்க. அதிகாலையிலே கனவு வந்துச்சு. நீங்க ஆர்டர் வாங்கறாப்போலயும் தபால்காரருக்கு இனாம் கொடுக்கறாப் போலயும்.'

'கனாவுக்கு என்கிட்டே பஞ்சமில்லை. நான் இதைவிட ஒஸ்தியா கனா கண்டுக்கிட்டிருக்கேன் கலர்ல.'

'என்ன கனா?'

'சொன்னா கோவிச்சுப்ப. வலது கையிலே ஒரு ஆர்டர், இடது கையில ஒரு ஆர்டர்.'

'இதுல என்ன இருக்கு கோவிக்க.'

'அதே மாதிரி வலது பக்கம் ஒரு பெண்டாட்டி, இடது பக்கம் ஒரு பெண்டாட்டி.'

மங்களா அவனை அடிக்கக் கையை ஓங்க, அவன் சிரித்துக் கொண்டு, 'ரெண்டு பேரும் நீதான். டபுள் ஆக்ஷன். அதான் கனவில் ஒரு சௌகரியம்.'

ரோகிணி உள்ளே வந்து, 'சின்ன முள்ளு பத்து. பெரிய முள்ளு ஆறு' என்றாள்.

'அய்யய்யோ! பத்தரை ஆயிடுச்சா?'

'ஆனா கீழே வட்டமா இருக்குமே அது ஆடலை.'

'சரியாப்போச்சு. நின்னு போச்சா. மணி என்ன, சொல்லித் தொலையேன்.'

'ஒன்பதாவது இருக்கும். போய் டிரஸ் பண்ணிக்குங்க. முதல்ல ஷேவ் பண்ணிக்குங்க... பஞ்சத்திலே அடிபட்ட மாதிரி இருக் கீங்க.'

'கேள்வி கேக்காம வேலை கொடுத்துருவான் இல்லை?'

சிவத்தம்பி தன் முகத்தை சின்னக் கண்ணாடியில் பார்த்துக் கொண்டு சவரம் பண்ணிக்கொண்டான். மங்களா அவன் ஒரே நல்ல சட்டைக்கு பட்டன் தைத்தாள்.

பாதி சோப் முகத்தில், 'மங்! நீ என்ன செய்யறே? என்னைக் கன்னா பின்னான்னு கேள்வி கேளு.'

'வேற வேலை இல்லை உங்களுக்கு?'

'அதனாலதான் சார், இந்த இன்டர்வ்யூக்கே வந்திருக்கேன்!'

'இது ஒண்ணும் இண்டர்வ்யூ கேள்வி இல்லை' என்று பல்லால் பட்டன் நூலை அறுத்தாள்.

'இன்டர்வ்யூன்னா எது வேணா கேக்கலாம். அதனால என்னை ஏதாவது கேளு, கன்னாபின்னான்னு, அதலபதலா, காக்கல் மோக்கலா, தகல் பாஜியா!'

மங்களா க்கும் என்று கனைத்துக்கொண்டு இன்டர்வ்யூ செய்பவர் போல பந்தாவாக உட்கார்ந்துகொண்டு. 'உங்க பேரு?' என்றாள்.

'சார்? சிவத்தம்பி சார்!'

'சிவத்தம்பி! என்ன பேர் இது. சிவனுக்கு தம்பி யாரு?'

'சார், அது எங்கப்பாவைக் கேக்கணும் சார்.'

'நீங்க எதுவரைக்கும் படிச்சிருக்கீங்க.'

'பத்தொம்பதாம் பக்கம் வரைக்கும் சார்.'

மங்களா அவனை முறைத்து, 'இந்த மாதிரி எடக்கா பதில் சொன்னீங்கன்னா உங்களுக்கு இந்த வேலை கிடைக்காது மிஸ்டர் சிவத்தம்பி' என்றாள்.

'போனாப் போவுது? எங்க வீட்டில ஒரு அழகான மனைவி இருக்கா. அவளைப் பார்த்து பசியாறிப்பேன். சார்! அப்புறம் இந்தக் குட்டி!' என்று ரோவை எடுத்து அழுந்த முத்தமிட்டான்.

மங்களா, 'சீரியஸ்' என்றாள்.

'சீரியஸ்.'

2

'டாஸ்மேனியாவின் தலைநகரம் என்ன?'

சிவத்தம்பி சிரித்தான்.

'என்ன சிரிக்கிறீங்க மிஸ்டர் சின்னத்தம்பி!' என்றாள் அந்த நாற்பத்து ஐந்து வயது மாது. மூன்று பேர் பளபளப்பான மேசையில் உட்கார்ந்திருந்தார்கள். ஏசி அறை. சுவரில், 'ஜொலிக்கும் பளபளப்புக்கு ஜ்வல்!' என்று ஒரு பெரிய சோப்புத்தூள் விளம்பரத்தில் ஒரு பெண், வெண்மை பிரகாசிக்க சிரித்துக்கொண் டிருந்தாள். மூவருக்கும் எதிரே காப்பிக் கோப்பைகள் வைக்கப்பட்டிருந்தன. மூன்று பேரும் பட்டை பிரேம் கண்ணாடி அணிந்திருந்தார்கள். அந்த அம்மாளைப் பார்த்தால் இண்டர்வ்யூவுக்கு வரும்போது மார்க் கெட்டில் பார்த்த பரங்கிப் பழம் ஞாபகம் வந்தது. அது அம்மாள் இல்லை. ஒரு அய்யா என்று சொல்லி யிருந்தால் நம்பியிருப்பான். ஏறக்குறைய கிராப். முகத்திலே லேசாக மீசை, கன்னத்திலே மரு.

'ஏன் சிரிக்கிறீங்க?'' என்று மறுபடி கேட்டாள்.

'ஸாரி மேடம். வீட்டுலே இன்னிக்கு காலைல என் மனைவியும் இதே கேள்வியைத்தான் கேட்டா. என்ன வேணும் உங்களுக்கு? டாஸ்மேனியாவின் தலைநகரம்!' என்று எச்சில் விழுங்கி, 'எனக்கு ஜ்யாக்ரபி அவ்வளவு தெரியாது.'

அந்த அம்மாள்தான் மறுபடி, 'நீங்க எந்த சப்ஜெக்ட்லே கான்ஃபி டன்டுன்னு சொல்லுங்க. அதிலே கேக்கறோம்' என்றாள். எதையோ படக்கென்று வாயில் போட்டுக் கொண்டாள்.

'கேள்வி கேட்கும்படியா ஒண்ணும் சப்ஜெக்ட் இல்லை. எனக்கு ஒண்ணும் தெரியாது. ஆனா, என் கைக்கு நிறையத் தெரியும்' என்று தன் இரண்டு கைகளையும் காட்டினான்.

'பிக்பாக்கெட் அடிப்பீங்களா?' என்று பக்கத்தில் இருந்தவர் கேட்டு சுயமாகச் சிரித்துக்கொண்டார்.

'இல்லை சார், சட்டத்துக்கு உட்பட்ட விஷயங்கள்தான்.'

'என்ன தெரியும், சொல்லுங்க.'

சிவத்தம்பி, 'ஒரு எட்டணா நாணயம் இருக்கா?'

அவர்கள் ஒருவரை ஒருவர் பார்த்துக்கொண்டு, 'எதுக்கு?' என்று தயக்கத்துடன் கேட்டார்கள்.

'பயப்படாதீங்க. திருப்பிக் கொடுத்துடறேன்.' அம்மாவின் பக்கத்தில் இருந்தவர் டை கட்டிக்கொண்டிருந்தார். தலைமயிர் எல்லாம் வழித்து நெற்றியில் சேர்ந்துகொண்டிருந்தது. உக்கிர மான கண்கள். அவருக்கு சிவத்தம்பியை பிடிக்கவில்லை என்பது வெளிச்சமாகத் தெரிந்தது. வலது பக்கம் இருப்பவர், கம் பெனியில் பூச்சி போலும். அம்மாவின் முகத்தையே பார்த்துக் கொண்டிருந்தார். தயக்கத்துடன் தன் பையில் தேடி ஒரு நாணயத்தை எடுத்துக் கொடுத்தார். சிவத்தம்பி அதை புன்னகையுடன் வாங்கிக் கொண்டு. 'எல்லாம் கைவேலைதான். கையால முடியாதது ஒண்ணும் இல்லை' என்று அந்த நாண யத்தை தன் இடது கை விரல்களுக்குள் வைத்து மூடிக்கொண்டு பேசிக்கொண்டே 'ஃபூ' என்று ஊதினான். விரல்களைத் திறந் தான். நாணயத்தைக் காணவில்லை. அம்மாவின் முகம் பிரகாச மாக, கொடுத்தவர் சற்றுக் கடுமையானார்.

காட்டுப் புருவக்காரர், 'இந்த மாதிரி 'டிரிக்'கெல்லாம் எங்களுக்கு வேண்டாம். ஒரு சேல்ஸ்மேன் வேலைக்கு...' என்று தொடங்க. அம்மாள் கொஞ்சம் சலுகை உள்ளவள் போலும், 'சும்மாருங்க சுந்தா' என்று அவரை வெட்டிவிட்டு, 'தம்பி, உனக்கு வேறு என்ன தெரியும்?' என்றாள்.

சிவத்தம்பி இப்போது நம்பிக்கையுடன், 'பாருங்க! ஒரு கை, ஒரு காயிதம் இருந்தா என்ன வேலை எல்லாம் செய்யலாம் பாருங்க?' என்று மேசைமேல் கேள்விகளுக்கு பதில் எழுதுவதற்காக வைத்திருந்த காகிதத்தில் ஒன்றை எடுத்து அதை சதுரமாக வெட்டிக் கொண்டு ஆரிகாமி முறையில் நாம் முன்பு சொன்னது போல் ஒரு பறவை செய்து காட்டினான். அதன் வாலைப் பிடித்து இழுக்க, அது சுந்தாவைப் பார்த்து படக் படக் செய்தது. இன்னொரு காகிதத்தை எடுத்து சிவத்தம்பி ஒரு பென்சில் கேட்க, நாணயம் கொடுத்தவர், 'ரத்னம்மா! ஹாவ் வி காட் டு கோ த்ரு ஆல் திஸ்?' என்றார்.

அம்மாள், 'இருங்க சுந்தா! என்று அதட்டினாள்.

இப்போது அம்மாள்தான் முக்கியம் என்று தெரிந்துகொண்டு அவளையே பார்த்துக்கொண்டு பேச ஆரம்பித்தான். 'எனக்கு சின்ன வயதில் இருந்தே கை வேலைகள் எல்லாம் சுலபமாப் பழகிருங்க. எதையும் ஒருமுறை பார்த்தா போதும், உடனே செய்துருவேன். ஒரு ஆளைப் பார்த்தா சட்டுனு வரைஞ்சுருவேன். உங்க முகம் ஒரு சித்திரக்காரனின் கோணத்தில் ரொம்ப சுவாரஸ்யமான முகம். வரையறது சுலபம்' என்று பேசிக் கொண்டே இருக்கும்போது ஓரிரண்டு பென்சில் தீற்றல்களில் அந்த ரத்னம்மாவின் முகத்தை வரைந்தான்.

கிச்சு கிச்சு கிச் என்று மூக்கருகே மருவுக்கு ஒரு தேய்ப்பு. கண்ணாடியின் நிழலுக்குப் பேப்பரின் ஓரத்திலிருந்தே கிழித்து அதை வைத்து லைட் அண்டு ஷேடு. அவர்கள் எல்லாரும் கண்ணன் முன் கன்றுக்குட்டியைப் போல் கட்டுண்டு பார்த்துக் கொண்டிருக்க, ஐந்து நிமிஷத்துக்குள் படத்தை முடித்து சிரித்துக் கொண்டே 'பாருங்க' என்று காட்டினான்.

அம்மாள் முதலில் சந்தேகத்துடன்தான் பார்த்தாள். மெல்ல அவள் முகம் மலர்ந்தது. அவன் போட்ட படம் அவளைக் கொஞ்சம் இளமையாகவே காட்டியது. சிரித்துக் கொண்டே மற்றவர்களிடம் காட்ட, சுந்தா சொந்தமாக ஒரு காகிதத்தைக் கிழித்துக் கொடுத்து, 'என் ஃபேஸை கொஞ்சம் வரைப்பா' என்று அவசரப்படுத்தினார். முதலிலிருந்து முகத்தை விரோதமாகவே வைத்துக்கொண்டிருந்த மூன்றாவது ஆசாமி, 'ஆமா! இதெல்லாம் ஒரு சேல்ஸ்மேனுக்கு எந்த விதத்தில் க்வாலிஃபிகேஷன்னு சொல்வீங்க மிஸ்டர் சின்னத் தம்பி?'

‘சிவத்தம்பி’ என்று ரத்னம்மா பிழை திருத்தினார்.

‘இந்த வேலைக்கு டிராயிங் ஒண்ணும் தேவையில்லீங்களா?’ என்று சிவத்தம்பி கேட்டான். விரோதி உற்சாகமாக, ‘வேலை சோப்புத் தூள் விக்கிறதுங்க. அங்க பாருங்க, பொம்பளை சிரிக்கிறமாதிரி காமிச்சு வித்துக்கிட்டு இருக்கோம். டிடர்ஜெண்ட் எல்லாம் ஒண்ணுதான். இருந்தாலும் இந்தம்மா சிரிக்கிறதைப் பார்த்துட்டு ஜனங்க சிரிச்சுக்கிட்டே வாங்குவாங்கன்னு எதிர் பார்க்கிறோம். போட்டிக்காரங்க இன்னும் கொஞ்சம் அழகான வங்களைப் பார்த்துச் சிரிக்க வைப்பாங்க. இந்த வியாபாரத்தில் நீங்க பேப்பர் மடிச்சுக் காட்டி எப்படி விக்கமுடியும்?’ கேள்வி யின் கடைசிப் பகுதியை ரத்னம்மாவை ஓரக் கண்ணால் பார்த்துக் கொண்டே கேட்டார்.

சிவத்தம்பி, ‘விக்க முடியுங்க’ என்றான்.

‘எப்படி? சொல்லுங்க?’

‘இப்ப நான் செய்த வேலைகளைப் பார்த்து நீங்க அதில வசீகரப் பட்டு வேலை கொடுக்கப் போறீங்க. இல்லை? அது போல சோப்புத் தூள் விக்கிற இடத்திலயும் சாலக்காப் பேசி படம் போட்டு பேப்பர் பறவையைப் பறக்க வைச்சு எப்படியாவது வித்துருவேன். ஒரு சான்ஸ் கொடுங்க.’

ரத்னம்மா, ‘இவர் சொல்றதும் வாஸ்தவம்தான்’ என்றாள்.

சுந்தா யோசித்து, ‘எதுக்கும் நீங்க வெளில கொஞ்ச நேரம் காத்திருங்க. நாங்க தீர்மானிச்சு முடிவுக்கு வறோம்.’

சிவத்தம்பி சற்று நம்பிக்கையுடன், ‘சரி சார், சர்ட்டிபிகேட் எல்லாம் பார்க்கறீங்களா?’ என்றான்.

‘அதெல்லாம் முடிவு சொன்னதுக்கப்புறம்.’

‘தாங்க்ஸ்’ அவன் புறப்பட, சுந்தா. ‘பை தி வே, அந்த எட்டணா’ என்று கேட்டார்.

‘மேசை மேலேயே இருக்கு சார், பாருங்க’ என்றான்.

‘இந்த டிரிக் எப்படிப்பா பண்றது?’

'வேலை கொடுங்க சார். இந்த மாதிரி முப்பது டிரிக் சொல்லித் தரேன்' என்று புன்முறுவலுடன் புறப்பட்டான்.

அறைக்கு வெளியே வந்தவன் கதவைச் சாத்தினதும் கொஞ்ச நேரம் கதவருகே நின்றான். உள்ளே பேச்சுக்குரல் லேசாகக் கேட்டது.

'வெல்! வாட் டு யூ திங்க்? எனக்கென்னவோ முந்தி வந்த பையன் பெட்டர்னு தோணுது. இவனுக்கு எக்ஸ்பீரியன்ஸ் இல்லை.'

'ஹி வில் பிக் அப்.'

'என்னவோ மாஜிக் பண்றான், சர்க்கஸ்லே சேரலாமே?

'சேல்ஸ்மேனுக்குப் பேச்சு நல்லா வரணும். இவன்தான் ரொம்பச் சரியான ஆசாமி.'

'மிஸ்டர்! கொஞ்சம் அங்கே போய் உக்கார்றீங்களா?' என்று செக்ரட்டரி அதட்டவே, சிவத்தம்பி வெளியில் இருந்த அறைக்கு வந்து சோபாவில் உட்கார்ந்தான். அவன் பக்கத்தில் மதிப்பாக டை அணிந்து காத்திருந்த ஒரு இளைஞனும் உட்கார்ந்திருக்க, சிவத்தம்பியைப் பார்த்ததும் சில இஞ்சுகள் தள்ளி உட்கார்ந்து கொண்டு அந்தப் பக்கம் திரும்பிக்கொண்டான். சிவத்தம்பி அவனைப் பார்த்துப் புன்னகைத்ததற்கு பதில் கிடைக்கவில்லை.

'கொஞ்ச நேரம் உட்கார்ந்திருக்கச் சொல்லியிருக்காங்க.'

'என்னையும்தான்' என்றான் டை.

'மத்தவங்களைப் போகச் சொல்லிட்டாங்களா.'

'ஆமாம்.'

'அப்ப நம்ம ரெண்டு பேருக்குள்ள போட்டியா? பெஸ்ட் ஆஃப் லக்!'

'உங்களுக்கு என்ன சொன்னாங்க?'

'எப்ப உங்களுக்கு வேலைக்கு வந்து சேரமுடியும்னு கேட்டாங்க.'

சிவத்தம்பி சற்று ஏமாற்றத்துடன், 'அப்படின்னா வேலை தர்றதாவே சொல்லிட்டாங்களா?' என்றான்.

'முதல்ல சொல்லிட்டாங்க. இப்ப சம்பளத்தைப் பத்தித்தான் பேசணும். அதுக்காகத்தான் காத்திருக்கேன்' என்று கர்ச்சீப்பை

எடுத்து கழுத்துப் பட்டையை துடைத்துக்கொண்டான். அவனிடம் இர்மா சோப்பு வாசனை அடித்தது. அந்த கம்பெனி தயாரிக்கும் ஸ்நான சோப்பு, கெட்டிக்காரன்.

'உங்ககிட்ட என்ன சொன்னாங்க?' என்று கேட்டான்.

'சும்மா வெளியே காத்திருக்கும்படிச் சொன்னாங்க.'

'சான்ஸ் இல்லை' என்று அந்தப் பக்கம் திரும்பிக்கொண்டான். அப்போது கதவு திறந்தது. அந்த இளைஞன் தன்னைத்தான் கூப்பிடுகிறார்கள் என்று காலரை சரி செய்துகொண்டு எழுந்து நிற்க, 'மிஸ்டர் சிவத்தம்பி.'

'நாந்தாங்க.'

'கொஞ்சம் உள்ள வர்றீங்களா? நீங்க இருங்க சார்.'

சிவத்தம்பி அந்த இளைஞனைப் பார்த்து. 'கூப்பிடுறாங்க. போய்ட்டு வந்துர்றேன்' என்று மறுபடி அந்த அறைக்குள் நுழைந்தான். ரத்னம்மா அவனைப் பார்த்துப் புன்னகை செய்தாள்.

'உக்காருங்க' என்றாள். நாணயம் கொடுத்தவருக்கு எடுக்கப்பட்ட முடிவு பிடிக்கவில்லை என்று தெரிந்தது. கடு கடு என்று முப்பது டிகிரி திசை திரும்பியிருந்தார். மற்றவர் மையமாக அம்மாள் சொல்லுக்கு ஆமோதித்தவர்போல இருந்தார். சிவத்தம்பி தயக்கத்துடன் உட்கார்ந்தான்.

3

அம்மாள் அவனைப் பார்த்து ‘மிஸ்டர் சிவத்தம்பி! கங்ராஜுலேஷன்! உங்களுக்கு இந்த சேல்ஸ்மேன் வேலை கொடுக்கிறதாத் தீர்மானிச்சுட்டோம். நீங்க வேலைக்கு வரலாம். சம்பளம் ப்ரொபேஷன்போது நானூத்தம்பது ரூபா கொடுப்போம். அப்புறம் மெம் மேல பார்த்துக்கலாம், என்ன?’ சிவத்தம்பி கண்ணீருடன், ‘தாங்க்ஸ் மேடம்! நீங்க வாழ்க’ என்றான். இன்டர்வ்யூவில் அவனை விரும்பாதவர், ‘வேலை என்ன தெரியுமில்லை?’ என்றார்.

‘வேலை என்ன சார்?’

‘பாத்தீங்களா, என்ன வேலைன்னு தெரியாமயே...’

‘இருங்க சுந்தா! வேலை சோப்புத்தூள் விக்கிறது. உங்களுக்கு இஷ்டம்தானே?’

‘என்ன வேலையா இருந்தா என்ன மேடம்? ஏதாவது கிடைச்சாப் போதும்னு காஞ்சு கிடக்கேன். நாளைக்கே வந்து சேர்ந்துக்கட்டுமா?’

‘அவ்வளவு அவசரம் வேண்டாம். முதல் தேதி வந்தாப் போதும்.’

‘மேலும் உங்களுக்கு டெபாசிட் கட்டறதுக்கு அவகாசம் வேண்டாமா?’ என்றார் விரோதி.

‘டெபாசிட்டா!’

‘ஆமா. இந்த வேலைக்கு முன்பணம் கட்டணும். தெரியாதா உங்களுக்கு? விளம்பரத்தில்கூடப் போட்டிருந்தமே. சரியாப் பார்க்கலையா?’

சிவத்தம்பி உற்சாகம் குறைந்துப்போய், ‘எவ்வளவு சார்?’ என்றான்.

‘ஐந்நூறு ரூபா.’

‘முதமாதச் சம்பளத்தை கொடுக்காம அட்ஜஸ்ட் பண்ண முடியாதா?’

‘அப்படின்னா உங்களை நம்பி ஐந்நூறு ரூபா கொடுக்கறதுக்கு ஆள் இல்லங்கறீங்களா? நாங்க மட்டும் ஆயிரம் ரூபா சரக்கை உங்ககிட்ட ஒப்படைக்கப் போறோம். பாதியாவது செக்யூரிட்டி டெபாசிட்டா எடுத்துக்க வேண்டாமா?’

சிவத்தம்பி தயங்கி, ‘ஐந்நூறு ரூபா எங்கிட்ட இல்லை’ என்றான் வெட்கத்துடன்.

‘அப்ப உங்களுக்கு வேலை இல்லை. அடுத்த ஆளை வரச் சொல்லுப்பா’

அம்மாள், ‘இருங்க சுந்தா! ஏம்ப்பா உங்கிட்ட எத்தனை இருக்கு?’ என்று கேட்டாள்.

சிவத்தம்பி பரிதாபமாக ‘எட்டு பத்து ரூபா இருக்கும்’ என்றான்.

‘ரத்னம்மா! வி காண்ட் ரிலாக்ஸ் ஆல் தி ரூல்ஸ். ஏற்கெனவே நீங்க இன்சிஸ்ட் பண்ணதாலதான் இவனுக்கு ஆஃபர் பண்றோம். இல்லாட்டி என்னோட ஒப்பினீயன்ல, அந்த காண்டிடேட் பெட்டர், மச் பெட்டர். ஏதோ ஆஃபர் பண்ணியாச்சு. இப்ப டெபாசிட்டையும் வெய்வ் பண்ணணும்னா, நோ, நான் ஒப்புக்க மாட்டேன். எம்.டி-கிட்ட ரிப்போர்ட் பண்ணியாகணும்.’

சிவத்தம்பி இதற்குள் தீர்மானித்து, ‘சார்! எனக்கு ஒண்ணாம் தேதி வரை டயம் இருக்கில்ல’ என்றான். ‘அதுக்குள்ளதானே உங்களுக்கு டெபாசிட் பணம் வேணும்!’

‘ஆமாப்பா!’

‘எப்படியாவது கொண்டு வந்துர்றங்க. தயவுசெய்து வேலையை யாருக்கும் கொடுத்துராதீங்க.’

அம்மாள், ‘சரிப்பா, கவலைப்படாதே! ஒண்ணாம் தேதி வரை காத்திருக்கோம்’ என்றாள்.

‘ஒண்ணாம் தேதி வரைதான்’ என்றார் சுந்தா என்கிற முசுடு.

‘தாங்க்ஸ் சார். வரேன் சார், வரேன் மேடம்’ என்று திரும்ப சலாம் போட்டுக்கொண்டே வெளிவந்தான். வெளியே காத்திருந்த அந்த இளைஞன் எழுந்து, ‘என்ன சொன்னாங்க? அப்புறம் வரச் சொன்னாங்களா!’ என்றான்.

‘இல்லை பிரதர்! எனக்கு வேலை கொடுத்துட்டாங்க. ஒண்ணாந் தேதி வரச் சொல்லிட்டாங்க,’

அந்த இளைஞன் ஏமாற்றத்துடன் டையைத் தளர்த்திக்கொண்டு, ‘சே! இதோட இருபத்தி மூணாவது ஏமாற்றம். க்வார்ட்டர் செஞ்சுரிக்கு ரெண்டு பாக்கி.’

சிவத்தம்பியின் கண்களில் அனுதாபக் கண்ணீர் கோடிட்டது. ‘ஐம் ஸாரி பிரதர். எனக்கு இந்த வேலை ரொம்பத் தேவையா இருக்கு.’

‘எனக்கு மட்டும் என்ன? வெளியில டை கட்டியிருக்கேனே தவிர உள்ளே பனியன் கிழிசல்!’

‘ஓ, ஐம் ஸோ ஸாரி! என்மேல உங்களுக்கு கோபமில்லைதானே? நான் உங்களுக்கு வேலை கிடைக்கணும்னு தினம் பிரார்த்திக்கிறேன்.’

‘பிரார்த்தனைக்கு வீட்டில அஞ்சு தங்கைங்க இருக்காங்க. ஃபார்வர்ட் கம்யூனிட்டி! கிடைச்சிரும்னுதான் நினைச்சேன். இந்த மாதிரி கடைசிக் கட்டத்துக்கு வந்து தவறிவிட்டதே பதினஞ்சு தடவை ஆயிருச்சு!’

சிவத்தம்பிக்கு உட்கார்ந்து அழவேண்டும்போல இருந்தது. ‘நான் வரேன் பிரதர்! பெஸ்ட் ஆஃப் லக்!’

‘எம்மேல ஏதும் கோபமில்லையே உங்களுக்கு’ என்று சிவத்தம்பி கேட்டதை முழுவதும் கேட்காமல் அந்த இளைஞன் புறப்பட்டுப்

போக, சிவத்தம்பி அந்தத் திசையையே சற்றுநேரம் பார்த்து யோசித்துக்கொண்டிருந்துவிட்டு, 'ஐந்நூறு' என்று சொல்லிக் கொண்டு புறப்பட்டான்.

எங்கே போவான்? மங்களாவிடம் நகை ஏதும் பாக்கி இல்லையே. எல்லாவற்றையும்தான் அகர்சந்த் மல்மல் ஜெயினிடம் வைத்து வாங்கியாகிவிட்டதே. நடந்து நடந்து வீட்டுக்குப் போய்விடலாம். ஐம்பத்தைந்து பைசா மிச்சமாகும். இன்றிலிருந்து மிச்சம் பிடிக்கவேண்டும். மார்க்கெட் வழியாகக் குறுக்கே சென்றான். போகிற வருகிறவர்கள் எல்லாரும் பிரகாச மாக இருந்தார்கள். எல்லோரிடமும் பணம் இருக்கிறது. எல்லாரும் பசியார உண்டுகொண்டிருந்தார்கள். சின்னச் சின்ன விஷயத்துக்கெல்லாம் நூறு ரூபாய் நோட்டை மாற்றினார்கள். சினிமாக் கொட்டகை ஜன்னலுக்குள் நோட்டுகள் அலட்சிய மாகப் புழங்கிக்கொண்டிருந்தன. சேச்சே! பிடுங்கக்கூடாது. பிடுங்கவும் தெரியாது! நான் பிடுங்கத் தீர்மானிக்கிறவன், என்னிடம் சில்லறை தேற்றி விடுவான். பஜாரில் பணக் கவலை யற்ற பல முகங்களைப் பார்த்தான். சிரிக்கும், நகை வாங்கும், புடைவை வாங்கும் முகங்கள், எத்தனை பணம் வைத்திருக் கிறார்கள்? என்னால் ஒரு வாரத்துக்குள் ஐந்நூறு பண்ண முடியாதா?

வீட்டில் நுழைந்ததும் மங்களா ஆவலுடன் காத்திருந்தாள்.

'என்ன கிடைக்கலையா?'

'கிடைச்சுருச்சு.'

'முக விலாசத்தைப் பார்த்தா சந்தோஷத்தையே காணோமே?'

'கை கிட்ட வேலை வந்திருக்கு.'

'புரியும்படியாகச் சொல்லுங்க.'

நம்மகிட்ட ஐந்நூறு ரூபா இருக்குமா? வேலை தந்துட்டாங்க. ஆனா டெபாசிட் கட்டணுமாம்.'

'ஓ! ஐந்நூறா? எங்கங்க ஐந்நூறுக்கு போவுறது? உங்க சித்தப்பா வைக் கேட்டு பார்க்கலாம்.'

'நாயை அவுத்து விடுவாரு. கல்லு நகை ஏதோ வெச்சிருந்தியே.'

'எப்பவோ வித்தாச்சுங்களே.'

'ரோகிணி கைல ஏதோ காப்புப் போட்டிருந்ததே.'

'இருக்கான்னு பாருங்க.'

'ஓ! அதும் போச்சா' என்று சுற்றிலும் பார்த்தான். ம்... எதை விக்கலாம்? ரேடியோவை எடுத்துக்க மாட்டான். சேட்டுகிட்ட ஒரு முறை கேட்டுப் பார்த்தாச்சு. வாட்சு இல்லை. ரோகிணி அருகில் வர, இந்தக் குட்டியை வித்துரலாமா?'

'சட்! பேச்சைப் பாரு!

ரோகிணி அம்மாவிடம் போய் ஒட்டிக்கொண்டது 'என்னப்பா வேண்டும்?'

'அப்பா வேலையில் சேர்றதுக்கு பணம் வேணும்மா.'

'எங்கிட்ட அஞ்சு பைசா இருக்குப்பா!'

'கொடு, உபயோகப்படும். மங்! என்ன செய்யலாம்? ஏதாவது யோசனை சொல்லேன்...'

மங்களா தயாராக, 'நான் ஒரு யோசனை சொல்றேன். இவ்வளவு நல்லாப் படம் போடறீங்க. பேசாம நீங்க போட்ட படம் எல்லாத்தையும் எடுத்துக்கிட்டு பத்திரிகை ஆபீஸ்ல போய்ப் பாருங்க. அந்த பத்திரிகைகள்ல வர்ற படத்தை எல்லாம்விட நீங்க நல்லாவே போடறீங்க. நிச்சயம் எடுத்துப்பாங்க. பத்து படம் கொடுத்தா ஆச்சு!'

'அதுகூட நல்ல ஐடியாதான் மங்! என்ன பத்திரிகை?'

'கண்ணகி' பொறுப்புள்ள குடும்ப பத்திரிகை என்று போர்டு போட்டு அதில் சந்தனமும் குங்குமமும் உலர்ந்திருந்தது. ஆபீஸில் நுழைந்ததும் சாய்மானமாக புறாக்கூடுகளில் ஏகப்பட்ட ஈய எழுத்துக்களிலிருந்து சற்றே கன்னத்திலும் கை விரல்களிலும் கறை படிந்த எஸ்.எஸ்.எல்.சி. பெண்கள் போன வாரக் காவியத்தைக் கோத்துக்கொண்டிருந்தனர். மெஷின் ரூமில் ஆஃப்செட் அசுரன் காத்திருக்க லே அவுட் ஆர்ட்டிஸ்ட் 'ஸ்காலா' பத்திரிகையிலிருந்து எதையோ முழுசாக வெட்டி ஒட்டிக்கொண்டிருந்தார். 'ஜலமோகினி' என்று புனைப்பெயர் கொண்ட

கிழவர், சரிதா எந்தப் புடைவை கட்டியிருந்தார் என்ற தலைப்பில் எழுதிக்கொண்டிருந்தார். ஏசி ரூம் வாசலில் 'ஆசிரியர்' என்று போர்டு மாட்டி வெளியே ஸ்டூல் போட்டு உட்கார்ந்திருந்த வருக்கு எத்தனை சம்பளம் இருக்கும் என்று சிவத்தம்பி யோசித்தான்.

'யாருங்க?'

'ஆசிரியரைப் பார்க்கணும்.'

'என்ன விஷயம்.'

'படம் சிலது காட்டணும்.'

'ஜே.எம். கிட்ட காமிச்சுட்டீங்களா?'

'ஜே.எம்?'

'ஜலமோகினி தெரியாது?' அதோ உட்கார்ந்திருக்கிறாரே கிழவனார். அவர் கிட்ட ஒருமுறை காமிச்சுருங்க. அவர் பார்த்துச் சொன்னாத்தான் ஆசிரியர் பார்ப்பாரு.' சிவத்தம்பி அந்த டேபிளுக்குப் போய் பெரியவரிடம், 'வணக்கங்க' என்றான். அவர் நிமிராமல் 'என்ன?' என்றார்.

'என் பேர் சிவத்தம்பி.'

'என்னோட கருங்குருவி நாவல்லகூட சிவத்தம்பி வரான்.' நிமிராது, 'உன்னைப் போலவே இருப்பான். என்ன வேணும் சொல்லு?'

'சில சித்திரங்கள் எடுத்துட்டு வந்திருக்கேன். பாத்து உங்க பத்திரிகைக்கு ஏத்ததான்னு...' ஜலமோகினி இதற்குப் பழக்கப் பட்டவர்போல, அவனிடமிருந்து சித்திரங்களைப் பிடுங்கி சரக் சரக் என்று ஒரு நிமிஷத்தில் பார்வையிட்டார்.

'லைன் எல்லாம் நல்லாதான் இருக்கு. ஸ்ட்ரோக்ஸ் போல்டா இருக்கு. ஆனா கொஞ்சம்...'

'என்ன சார்! ஏதாவது தப்பு இருந்தா இப்பவே திருத்தித் தரேன்.'

'மூஞ்சியெல்லாம் நல்லாத்தான் போட்டிருக்கப்பா. ஆனா, கொஞ்சம் கவர்ச்சி கம்மியா இருக்குது. இதப் பாருங்க, இந்த

பொண்ணு முதுகு அமர்க்களமா வரைஞ்சிருக்கீங்க. ஆனா, வேர் இஸ் தி ப்ரெஸ்ட்? மார் எங்க? எங்கயோ ஒளிஞ்சிட்டுன்னா இருக்கு! இதோ இங்க கொஞ்சம் லேசா விலகியிருக்கிறா மாதிரி வரைஞ்சி கொடுத்தீங்கன்னா?' என்று மார்பில் கை வைத்தார்.

சிவத்தம்பி அலுப்புடன், 'என் மனைவியைப் பார்த்து வரைஞ் சிருக்கேன் சார்' என்றான்.

ஜலமோகினி மறுபடி படத்தைப் பார்த்து, 'அப்படியா! வந் திருக்காங்களா' என்றார். அவன் சொன்ன செய்தி அவரிடத்தில் எந்த மாறுதலையும் ஏற்படுத்தவில்லை.

'நீங்க மாடல்களைப் பார்த்துத்தான் வரைவீங்களா.'

'ஆமா சார்.'

மோகினி கொஞ்சம் யோசித்துவிட்டு மறுபடி படத்தைப் பார்த்து. 'உங்க மனைவி கதை கிதை எழுதுவாங்களா?'

'இல்ல சார்.'

அவன் படங்களில் ஒன்றை அலட்சியமாகத் தேர்ந்தெடுத்து, 'சரி' இதை வெச்சுக்கறோம்' என்று அவனைப் புன்னகையால் கிளப்ப முயற்சித்தார்.

சிவத்தம்பி சற்று தயங்கி, தாங்ஸ் சார்! இதுக்கு ஏதாவது பேமெண்ட்!'

'பத்திரிகைல பிரசுரமாறப்ப ஆட்டோமாட்டிக்கா செக் வந்துடும். அட்ரஸ் ஆபீஸ்ல கொடுத்துட்டுப் போங்க.'

'எப்பங்க வரும்?'

அவர் இப்போது அலுப்புடன், 'சொல்ல முடியாதுப்பா, என்ன நீ கழுத்தில கத்தி வெச்சு வாங்கிடுவே போல இருக்கே! இதப் பாரு, வெளியே காத்துக்கிட்டு இருக்காங்களே, நாலு பேரு, எல்லாரும் ஆர்ட்டிஸ்டுகள்தான்!'

'அதுக்கில்லை சார், எனக்குப் பணத் தேவை கொஞ்சம் அதிகமா இருக்குது.'

'யாருக்குத்தான் தேவையில்லை. போய்ட்டு வரியா!'

சிவத்தம்பி கிளம்பும்போது சுவரில் 'கட்டில் கன்னி ராத்திரி 'பொங்கல் சிறப்பிதழில் ஆரம்பம்' என்று ஒரு பெரிய போஸ்டரில் லித்தோ ஆஃப்செட்டில் ஒரு பெண்பிள்ளை ரொம்ப சோகத்துடனும் ரொம்ப மார்பகத்துடனும் இருந்தாள். தெருவுக்கு வந்தான். தாகம் நாக்கை வரட்டியது, சர்பத் சாப்பிட்டால் மறுபடி வீட்டுக்கு நடக்கவேண்டும். வேண்டாம்! பஸ் நிலையத்தில் அவநம்பிக்கையாக நின்றான். வேலையுள்ள டெபாசிட் கட்டின அத்தனை பேரும் சுறுசுறுப்பாக நடந்து போய்க்கொண்டிருந்தார்கள். ஒரு டிபன் பாக்ஸ் கிழவி மட்டும் அந்த ஸ்டாண்டில் காத்திருந்தவள், சிவத்தம்பியைப் பார்த்து, 'மணி இன்னாச்சுப்பா?' என்று கேட்டாள்.

சிவத்தம்பி, 'ஐந்நூறு' என்றான்.

4

மூணு நாள் கழித்து பிரச்னை முழுசாக அப்படியே அவனுடன் அருகில் கயிற்றுக் கட்டிலில் உட்கார்ந்திருந்தது, மடியில் தலையணையை வைத்துக் கொண்டு கன்னத்தில் கை வைத்து கட்டிலில் உட்கார்ந்திருக்க, செய்தித்தாளில் 'சுலபத் தவணையில் கடன் வசதி, கையெழுத்தின் பேரில் கடன்' பார்த்துக்கொண்டிருந்த மங்களா 'என்னங்க' என்றாள். ரோகிணி அப்பாவையும் அம்மாவையும் மாறி மாறிப் பார்த்துக் கொண்டிருக்க, 'எல்லாம் விசாரிச்சுப் பார்த்துட்டேன், மங்களா. ஏதும் சொத்தில்லாம கடன் கொடுக்க மாட்டாங்களாம் அல்லது ஷ்யூரிடியாவது வேணுமாம்.'

ரோகிணி, 'ஐந்நூறு ரூபான்னா எத்தனை காசுப்பா. இத்தனையா?' என்று கையை விரித்துக் கேட்டாள்.

'ரோகிணிக் கண்ணு! அப்பாவைத் தொந்தரவு பண்ணக்கூடாது. போம்மா இந்த பேப்பரைக் கொண்டுபோய் பக்கத்து வீட்டில கொடுத்துட்டு ரெண்டு ஸ்பூன் காப்பிப் பொடி வாங்கிக்கிட்டு வரியா?'

ரோகிணி செல்ல, அவள் போன திசையைப் பார்த்து, 'பாவம், எனக்கு எப்படியாவது கடன் கொடுக்கணும்னு ஆசைப்படுது!'

‘நான் ஒண்ணு சொன்னாக் கோவிச்சுக்க மாட்டீங்களே?’

‘கோவம் வராப்பல ஏதோ சொல்லப்போறேன்னு அர்த்தம்! பரவால்ல சொல்லு.’

‘எனக்கென்னவோ உங்க கைதான் இந்தப் பணத்தை சம்பாதிக்கப் போவுதுன்னு உள்ளுக்குள்ள சொல்லுதுங்க, உங்ககிட்ட இருக்கிற வரையற திறமையை வெச்சுக்கிட்டு ஐந்நூறு ரூபா சம்பாதிக்கிறது சிரமமில்லைன்னு தோணுது.’

‘எப்படி? பத்திரிகை ஆபீஸ் எல்லாம் நடையா நடந்தாச்சு மங்களா.’

‘பத்திரிகை ஆபீஸைச் சொல்லலைங்க வேற!’

‘வேற என்ன?’

‘கோவிச்சுக்காதீங்க’ என்று கெஞ்சினாள்.

சிவத்தம்பி எரிச்சலுடன், ‘சொல்லு, சொல்லு!’

‘அஞ்சாறு ஷீட்டு டிராயிங் பேப்பர் வாங்கி எடுத்துக்கங்க. விடுமுறை தினம் சனங்க கூடுற இடமா ஒரு மரத்தடியைப் பார்த்துக்கிட்டு ஒரு நாற்காலி போட்டுக்கிட்டு உட்கார்ந்துக்கங்க.’ அவனைச் சற்றுப் பயத்துடன் பார்த்துக்கொண்டே தொடர்ந்தாள். ‘சின்னதா ஒரு போர்டு வச்சுக்கங்க. இங்கு உங்கள் படம் தத்ரூபமாக வரையப்படும். ஒரு படத்துக்கு அஞ்சு ரூபா...’

சிவத்தம்பி முகம் கடுப்பதைக் கவனித்து பாதியில் நிறுத்திவிட்டு ஜகா வாங்கினாள். ‘நான் சொல்றதில் ஏதாவது... தப்பா இருந்திச்சுன்னா...’

சிவத்தம்பி சற்றுநேர யோசனைக்குப் பிறகு திடீர் என்று, ‘பிரில்லியண்ட்! மங்களா, கைகுடு. ஒரு படத்துக்கு அஞ்சு ரூபா கொடுக்க மாட்டாங்களா? ஒரு நாளைக்குப் பத்து படம். பத்து நாளைக்கு ஐந்நூறு ரூபாய். கிரேட்! எப்படி உனக்கு இந்த ஐடியா தோணிச்சு!’

‘ஏதோ பத்திரிகையில படிச்சேன். பாரிஸ்லயோ எங்கயோ இந்த மாதிரி நடைபாதைச் சித்திரக்காரங்க இருப்பாங்களாம்!’

‘மை காட்! இட்ஸ் கோயிங் டு ஒர்க். இந்தக் கையாலேயே சம்பாதிச்சுக் காட்டறேன்!’ இப்போது சிவத்தம்பி புதிதாக பிறந்த

உற்சாகத்துடன், 'எத்தனை பணம் இருக்கும் உங்கிட்ட? அஞ்சு பத்து இருந்தாக்கூடப் போதும். சந்தடியுள்ள பார்க்காப் பார்த்து வெச்சுக்கலாம். அங்க நான் முன்னாடி போயிடறேன். நீ என்ன செய்யறே, ஏதோ வேடிக்கை பார்க்கற மாதிரி அங்க வந்து வாழ்க்கையிலேயே முதல் தடவை என்னைச் சந்திக்கிற மாதிரி என்னுடைய முதல் கிராக்கியா வந்து...'

சிவத்தம்பி ஒரு மரத்தடியில் உட்கார்ந்திருந்தான். சுமாரான சோம்பேறிகள் உலாவும் பார்க் அது. சிமெண்ட் பெஞ்சில் சிலர் படுத்திருந்தார்கள். சற்றே தூரத்தில் நகைக் கடை தெரிந்தது. பஸ் ஸ்டாண்டில் பலர் காத்திருந்தார்கள். குழல் வைத்த ரேடியோ, சாயங்கால கிராம நிகழ்ச்சிகளுக்காகக் காத்திருந்தது. காதலர்கள் நிழல் தேடிக்கொண்டிருந்தார்கள். பல்பொடி வியாபாரி தன் ப்ரீஃப்கேஸைத் தலைக்கு வைத்துக்கொண்டு முழங்காலை மடக்கிக்கொண்டு உடுப்பி ஓட்டலில் சாப்பிட்டபின் உறங்கிக் கொண்டு எதிர்காலத்தில் கோல்கேட் கம்பெனியை கனவில் கதிகலங்க அடித்துக்கொண்டிருந்தான். மரத்தில் கையால் அழகாக எழுதப்பட்ட அறிவிப்பில், 'உங்கள் சித்திரம் சுத்தமாக வரைந்து கொடுக்கப்படும். ரூபாய் ஐந்துக்கு உங்கள் சித்திரத் தைத் தேர்ந்த சித்திரக்காரரிடம் வரைந்துகொள்ளுங்கள். அரிய வாய்ப்பு. திருப்தி இல்லையேல் பணம் வாபஸ்' என்றது. சிவத் தம்பி நாற்காலி போட்டுக்கொண்டு பென்சில்களைத் தீட்டிக் கொண்டிருக்க, எதிரே பலகையில் காட்ரிட்ஜ் பேப்பர் சொருகி யிருந்தது. ஒரு சிலர் வேடிக்கை பார்த்துக்கொண்டிருக்க, யாரும் தீர்மானிப்பதாகத் தெரியவில்லை. மங்களா அங்கே அகஸ் மாத்தாக வருகிறவள்போல் வந்தாள், 'வாங்கம்மா' என்றான் சிவத்தம்பி.

'என்னய்யா இது!'

'உங்க முகத் தோற்றத்தைத் தத்ரூபமா வரைஞ்சு காட்டுவேன்.'

'எவ்வளவுப்பா?'

'அஞ்சு ரூபாதாம்மா.'

'அஞ்சு ரூபா ஜாஸ்திப்பா.'

'படத்தைப் பார்த்துட்டு காசு கொடுங்கம்மா. திருப்தியா இருந்தா கொஞ்சம் போட்டுக் கொடுங்கம்மா.'

'சீக்கிரம் போட்டுத் தருவியாப்பா?' என்றாள் மங்களா.

'இதோ இங்க வந்து நில்லுங்க. என் கையைப் பாருங்க!'

சிவத்தம்பி தன் மனைவியைச் சரசரவென்று வரைய ஆரம்பித்தான். அவளைப் பார்க்கக்கூடத் தேவையில்லை. மனத்தில் பதிந்த பிம்பம். இதோ அவள் மூக்கு. புருவம். பென்சிலின் கூர்முனை தேய்க்கத் தேய்க்கக் கறுப்பான கண்கள். இதோ இன்னும் கொஞ்சம் தேய்த்து பிரத்தியேகமாக உயிர் தருகிறான். கழுத்தில் பிளாஸ்டிக் கருகமணி வரைகிறான். தங்கமில்லாத தாலிக் கயிற்றைப் பார்க்கும்போது அவன் கண்களில் நீர் அவசரப்படுகிறது. அந்த விநோத விரல்களின் பேப்பர் விளையாட்டை வேடிக்கைப் பார்க்க மெல்ல மெல்ல ஜனங்கள் சேர்ந்து கொண்டார்கள்.

சிவத்தம்பி வரைந்து முடித்து அந்தக் காகிதத்தை எடுத்து, 'இந்தாங்கம்மா!' என்று கொடுக்க, மங்களா அதை வாங்கிப் பார்த்துவிட்டு கூட்டத்தில் சற்று வசதியுள்ளவர்போல இருந்த பெரியவரிடம் அதைக் காட்டி, 'பாருங்க' என்றாள்.

'எப்படியம்மா வரைஞ்சிருக்காரு?'

'பிரமாதங்க. அப்படியே வரைஞ்சிருக்காரு! இந்தாப்பா, உங்க கிட்ட நல்ல திறமை இருக்குது. கல்யாணம் ஆயிருச்சா?'

'ஆயிருச்சுங்க. சம்சாரம் பிரசவத்துக்குப் போயிருக்குங்க' என்று சிரித்தான். மங்களா அவனை முறைத்துப் பார்க்க, அந்தப் பெரியவரும் மற்றொரு இளைஞனும், 'என்னை வரைங்க' என்று முன்வர சிவத்தம்பி, 'ஒவ்வொருத்தரா வாங்க. அம்மா அஞ்சு ரூபா தர்றீங்களா? இதுக்காக ஒரு ஆர்ட்டிஸ்ட் எங்கேஜ் பண்ணா ஐந்நூறு ரூபா ஆகும்' என்று அடுத்த படத்துக்கு உற்சாகத்துடன் தன் சாமக்கிரியைகளுடன் தயாரானான். ரோகிணி அதுவரை பக்கத்தில் பூப்பறித்துக்கொண்டிருந்தவள் மெல்ல அணுகி அம்மா அப்பாவின் படம் போடும் நாடகத்தின் கடைசிப் பகுதியில் சேர்த்துகொண்டவள், 'என்னம்மா! அப்பாவை என்னவோ மாதிரி கூப்பிடறீங்க' என்று குட்டை உடைத்தாள். மங்களா அவள் வாயைப் பொத்தினாள்.

பெரியவர் இதைக் கவனித்து, 'என்னப்பா, அது உன் மனைவியா?' என்றார்.

சிவத்தம்பி 'அது வந்துங்க, வந்து' என்று மழுப்பினான்.

'அப்ப எல்லாம் பொய்யா, டிராமாவா!' என்று அதட்டினார்.

சிவத்தம்பி தயங்காமல் எல்லாவற்றையும் ஒப்புக்கொண்டு விட்டான்.

'மன்னிச்சுடுங்க சார். போணி ஆவுறதுக்கு என் திறமையை நீங்க தெரிஞ்சுக்க இப்படிச் செய்ய வேண்டியதாயிருச்சு! எனக்குப் பணம் ரொம்பத் தட்டுப்பாடுங்க அய்யா' என்று அவரைக் கரம் கூப்பி வணங்கினான்.

பெரியவர் சிரித்து, 'பரவாயில்லை, என்னை வரை' என்றார். மங்களா குழந்தையைக் கிள்ள, 'அதை ஏம்மா அதட்டறே. அதுக்குப் பொய் சொல்லத் தெரியலை.'

சிவத்தம்பி பெரியவரின் உருவத்தை வரையத் தொடங்கினான்.

அவர் முகத்தில் ஒரு சாந்தமும் ஏன் ஒருவித கவர்ச்சிகரமான அழகும்கூட இருந்தது. நெற்றியில் சந்தனப்பொட்டு சற்று உடைந்திருந்தது. புருவங்கள் சேர்ந்திருந்தன. கண்களில் தீட்சண்யம் இருந்தது. மார்புவரை வரைந்தான். பையில் செருகியிருந்த ப்ளாக் பேர்ட் பேனாவின் கிளிப்பைக்கூட விட்டு வைக்காமல் வரைந்தான். பெரியவர் பார்த்துவிட்டு, 'இப்படியா இருக்கேன்' என்றார்.

'நீங்க ப்ரொஃபைல்ல உங்களைப் பார்த்துக்க அதிக அவகாசம் ஏற்பட்டிருக்காது சார். ரெண்டு கண்ணாடி வெச்சுப் பார்த்துக்கங்க, அப்ப தெரியும்.'

பக்கத்தில் இருந்தவர், 'உங்க மாதிரித்தான் இருக்குதுங்க. மூக்கில இருக்கிற சின்ன மருகூட வந்திருக்குதுங்க' என்றார்.

பெரியவர் சற்றுத் தயக்கத்துடன் பையிலிருந்த ஒரு ஐந்தை எடுத்துக்கொடுக்க, ஒரு இளைஞன் 'ட்ரை மி யா!' என்றான்.

'அஞ்சு ரூபா கொஞ்சம் ஜாஸ்தி இல்லை தம்பி? ரெண்டு ரூபாக்கு வரைஞ்சு கொடுங்களேன் பாதி சைஸ்?'

'சின்னதாப் போடப் போட இன்னும் கஷ்டமுங்க. வாங்க தம்பி, நேராப் பாத்துக்கிட்டு நில்லுங்க. சிரிக்காதீங்க.'

வாரம்பூரா வரைந்தான். காதலர்களையும் கார் டிரைவர்களையும் வரைந்தான். தன்னினைவுடன் சிரிக்கும், வெட்கப்படும் மனைவி, பாக்கெட்டில் சங்கிலி வைத்து கடிகாரம் கட்டிக்கொண்டிருந்த முன்னாள் ராவ்பகதூர், டென்னிஸ் கோர்ட்டிலிருந்து திரும்பிவந்த நடுத்தர வயதுக்காரர், குஜராத்தி பெண்மணி, டிரான்சிஸ்டர் சகிதம் காய்கறிக்கடைக்காரர், தங்கச் சங்கிலி மைனர், கீதா கபேயில் சர்வர், அம்மாவுக்கு அடிக்கடி முகத்தைத் திருப்பிக்கொண்டிருந்த குழந்தை என பென்சிலில் வரைந்தான். கரிக்கோட்டில் வரைந் தான். வரைந்தான். நாநூத்து அறுபது அறுபத்தஞ்சு எழுபது எண்பது தொண்ணூறு மூணு, நானூற்றுத் தொண்ணூற்று நான்கு ரூபாய் எண்பது பைசா சேர்ந்திருந்தது.

அந்தக் கடைசி ஐந்து ரூபாய் சொச்சம் இன்னும் வேடிக்கை காட்டியது.

'கொஞ்சம் இரு மங்களா!' சட்டையை மாட்டிக்கொண்டான்.

'எங்க போறீங்க? போதுங்க. கையெல்லாம் காப்புக்கட்டி போயிருச்சு உங்களுக்கு...'

5

மங்களா மேசையில் குவிந்திருந்த நோட்டு களையும் சில்லறையையும் வியப்புடன் பார்த்தாள்.

‘படத்துக்கு அஞ்சு ரூபான்னா சில்லறை எப்படி வந்தது?’ என்றாள்.

சிவத்தம்பி அவளை நேராகப் பார்க்காமல், ‘அது வந்து இன்னிக்கு என்ன ஆச்சு. டிராயிங் பேப்பர் தீர்ந்து போச்சா. என்ன பண்ணேன். கலர் சாக்பீஸ் வாங்கினேன். பிளாட்பாரத்தில் தரை சமனமா இருந்தது. பேசாம திருப்பதி சாமி படத்தை வரைஞ் சேன். நிறையச் சில்லரை.’

மங்களா அவனை நிறுத்தி நிதானமாக முறைத்துப் பார்த்தாள். அவள் கண்களில் நீர் பிரகாசிக்கத் தொடங்கியது.

‘இதப் பார்! இதப் பார்! இதெல்லாம் அழவேண்டிய சமாசாரம் இல்லை. தினமா செய்யப்போறேன்? இன்னியோட சரி. இனிமேல நாம நல்ல சர்ட்டு போட்டுக்கிட்டு தலை வாரிக்கிட்டு...’

‘பிச்சைக்காரன் மாதிரி பிளாட்பாரத்திலே காசு பொறுக்கினீங்களா?’

‘இதுல என்ன மங்களா? பேப்பர்லே வரையறதுக்குப் பதிலா தரையில வரைஞ்சேன். பிச்சை இல்லை. திறமைக்குக் கிடைச்ச ஊதியம்தான்.’

மங்களா தன் கைகளை முறுக்கிக் கொண்டாள். 'எழவு! படிச்சுத் தொலைஞ்சிருந்தாலும் வேலைக்குப் போயிருக்கலாம். எங்கயோ காயில் சுத்தற வேலை தராங்களாம். அதுக்காவது போயிருக்கலாம். ஒரு பிரயோசனமும் இல்லை. உங்களை மரத்தடியிலே...'

'சேச்சே! இதில கவுரவக் குறைவோ அவமானமோ கிடையாது. நாளைக்குப் போய் பணத்தைக் கொடுத்திட்டு வந்தா சேல்ஸ் மேன்! அழக்கூடாது. இந்த ஐடியா கொடுத்ததுக்காக உன்னைக் கோயில்ல வச்சுக் கும்பிடணும்.'

மங்களா இப்போது சமாதானமாகிவிட்டவள் போலத்தான் தெரிந்தாள். 'யார்கிட்டயும் கெஞ்சலை. நாம கடன் வாங்கலை. எல்லாம் உங்க திறமைக்குக் கிடைச்ச பரிசுதான். இதில என்ன அவமானம்?'

ரோகிணி, 'அம்மா! அழுதா பூச்சாண்டி வந்து புடிச்சிக்கிட்டுப் போயிடும்' என்றாள்.

'அழலைன்னா?'

'ராஜகுமாரன் வந்து கல்யாணம் பண்ணிக்கிட்டுப் போவான்.'

'அதான் எனக்குக் கவலை. இப்பவே எதிர்த்த வீட்டுக்காரன், டெலஸ்கோப் வச்சுப் பார்த்துக்கிட்டு இருக்கான். ஆபீஸ் கிளம்பவே பயமாயிருக்குது...'

'சட்! பேச்சைப் பாரு!'

ஆபீஸ் என்ற வார்த்தையே பெருமிதமாக இருந்தது. கணவனும் மனைவியும் பார்த்துக்கொண்ட பார்வையில் அபரிமிதமான அன்பும் நம்பிக்கையும் இருந்தன. உடல், இளமை, படுக்கைக் குறும்புகள் இதையெல்லாம் எந்த ஏழ்மையும் ஒன்றும் செய்து விடமுடியாது. ஒருத்தரில் ஒருத்தர் நிரம்பியிருக்கும்போது, சோகத்திலும் சந்தோஷம் இருக்கிறது. இதற்காக மங்களா ஆஸ்பத்திரிக்குப் போய் ரத்தம் கொடுத்து அவனுக்கு சட்டையோ பனியனோ வாங்கிக் கொடுத்தாள் என்றெல்லாம் செட்டிமெண்ட லைஸ் பண்ணத் தேவையில்லை. முதல் நாள் வேலைக்குப் போகும்போது போட்டுச் செல்வதற்கு இருப்பதற்குள் சுமாரானதை செவ்வாய்க்கிழமையிலிருந்தே பழுது பார்த்து அதன் குறைகளை மழுப்பி, இஸ்திரி போட்டுத் தேற்றி வைத்திருந்தாள்.

சேகரித்த பணத்தை ஒரு சுருக்குப் பையில் அழகாக ரப்பர் பாண்ட் போட்டுச் சிக்கனமாக அடைத்திருந்தாள். தலை வாரிக்கொண்டு பாண்ட் போட்டுக்கொண்டு கொக்கிக்குப் பதில் சேப்டி பின் வைத்து அதன்மேல் சட்டையை வெளியே விட்டுக்கொண்டு, 'எப்படி இருக்கேன்' என்றான்.

'கமல் மாதிரி!'

'சேல்ஸ்மேன் மாதிரி இருக்கேனா சொல்லு?'

'ஒரு டை வாங்கிடுங்க.'

'சம்பளம் வந்ததும் அடகுவச்ச நகையை மீட்டுடணும். அப்புறம் உனக்கு ஒரு புடைவை. குட்டிக்கு டெரிலின் ஸ்கர்ட்டு.'

'அப்பாவுக்கு?' என்றாள் ரோ.

'அப்பாவுக்கு குட்டிகிட்ட இருந்து ஒரு முத்தம் போதும்' என்று அழுந்த முத்தமிட்டான்.

'பணத்தை சாக்கிரதையா வெச்சுக்குங்க. அங்க இங்க பராக்குப் பார்க்காதீங்க. பணம் வாங்கிக்கிட்டதுக்கு அவங்ககிட்டே யிருந்து தவறாம ரசீது வாங்கிருங்க. பத்தரை மணிக்குள் போயிருங்க. எதிர்த்த வீட்டு மாமா ஒன்பதரை நல்ல வேளைன்னு சொன்னார். எனக்கு புடைவையெல்லாம் வேண்டாம். முதல்ல உங்களுக்கு ஒரு கைக்கடியாரம் வாங்கிக்குங்க. இந்தாங்க பம்மாரியம்மன் குங்குமம்' என்று நெற்றியில் இட்டாள்.

சிவத்தம்பி கண்ணாடியில் பார்த்துக்கொண்டு 'ஊதுவத்தி வியாபாரி மாதிரி இருக்கு. சர்ட் சரியாத்தானே இருக்கு? காலர்ல பிரி பிரியா இல்லையே?' என்றான்.

'வர்றப்ப எனக்கு கார் பொம்மை வாங்கி வாப்பா.'

'நிஜ காரே வாங்கிட்டாப் போச்சு. மேன்மேல் முன்னுக்கு வந்து ஏரியா சேல்ஸ் மானேஜர் சிவத்தம்பி இருக்காருங்களான்னு விசாரிப்பாங்க!'

'சரி, சரி. கிளம்புங்க.'

சம்பிரதாயமான விடை பெறல்கள்தான். இதில் ஏதும் பிற்பாடு நடந்ததற்கு சிம்பாலிக் அறிமுகங்கள் இல்லை. ஆனால், சிவத்

தம்பிக்கு பஸ் ஸ்டாண்டில் நடந்தது என்னவோ அசம்பிரதாய மானதுதான். இந்த இடத்தில் கதையை முடித்து சுபம் போட்டு 'சிவத்தம்பியும் மங்களாவும் ரோகிணியும் அப்புறம் மயிலாப் பூர்த்தனமான கனவுகளில் வாழ்ந்தார்கள்' என்று பின்குறிக்க எனக்கு டெம்ப்டேஷன் அதிகமாக இருக்கிறது. இருந்தும் நடந்ததைச் சொல்லவேண்டிய கட்டாயம் என்று ஒன்று இருக் கிறதல்லவா? என்னைத் திட்டப்போகிறீர்கள். பரவாயில்லை.

சிவத்தம்பி பஸ் ஸ்டாண்டில் மார்பில் பையை வைத்துக் கொண்டு காத்திருந்தான். உடன் இரண்டு மூன்று பேர் விரோத திசைகள் நோக்கி நின்றுகொண்டிருக்க, ஒரு பஸ் விர்ர்ர்ரென்று போயிற்று. சிவத்தம்பி பக்கத்தில் நின்றவரிடம், 'மணி என்னங்க?' என்றான்.

'பத்துப் பத்து.'

'இருபத்து மூணு எம் எப்ப வருமுங்க?'

'இப்பப் போச்சே அதான்.'

'நிக்கலையே.'

'யாரும் இறங்கலை போல.'

'அடுத்த பஸ்ஸு எப்ப வரும்?'

'சொல்ல முடியாதுங்க. அரை மணியாகும் இல்லை பத்து நிமிஷத்திலேயும் வரலாம்.' கொஞ்ச நேரம் கழித்து சிவத்தம்பி 'மணி என்னங்க' என்று மறுபடியும் கேட்டான். அவர் கைக் கடியாரத்தைக் காட்டினார். வியர்வையைத் துடைத்துக் கொண்டு பதற்றத்துடன் பத்து முப்பதை யோசித்தான். சட்! ராகுகால மாவது ஒண்ணாவது... போயிரலாம். இப்ப கிடைச்சாக்கூடப் போயிரலாம். வீட்டை விட்டுக் கிளம்பின சமயம்தான் கணக்கு. அப்போது மற்றொரு பஸ் வர, 'இதாங்க உங்க பஸ். பராக்கு பார்த்துக்கிட்டு இருக்கீங்களே. நிக்கறது, ஓடுங்க! ஓடுங்க?' சிவத்தம்பி, 'ஓல்டான், ஓல்டான்' என்று சொல்லிக் கொண்டே ஓடினான். பையைத் தோளில் மாட்டிக்கொண்டான். பாண்ட் சேஃப்டி பின் பிளந்துகொண்டது. அதை இடது கையால் தழையாமல் பார்த்துக்கொள்ள வேண்டியிருந்தது.

பஸ் அவன் கிட்டே வரும்வரை காத்திருந்து, 'கம்பியைப் பிடித்துக்கொள்' என்று ஆசை காட்டிவிட்டுப் புறப்பட்டது. இரண்டு கைகளையும் நீட்டிக்கொண்டு சிவத்தம்பி அதன்பின் ஓடினான்.

இப்போது குறுக்குத் தெரு ஒன்றில் ஒரு வாலிபனும் அவன் சிநேகிதியும் காரில் வேகமாக வந்துகொண்டிருக்கும் காட்சி ஒன்றைக் காட்ட விரும்புகிறேன். உள்ளே காருக்குள் ஈக்வலைஸர் போட்டு பாப் சங்கீதம் அதிர்ந்துகொண்டிருக்க, ஒரு கையில் ஸ்டியரிங் பிடித்து மறு கையில் சிநேகிதியின் ஷர்ட்டை தடவிக்கொண்டு அவளை உபரியாக வாசனை பார்த்துக் கொண்டே ஓட்டிக்கொண்டு வந்தான் இளைஞன். சிவத்தம்பியை முதலில் பார்த்தவள் பெண்தான். 'லுக்!' என்று கிறீச்சிட்டாள். இளைஞன் கடைசி சமயத்தில் திரும்பிப் பார்க்க, விண்ட் ஷீல்டு வழியாக சிவத்தம்பி பெரிசாகத் தெரிந்தான். பிரேக் மிதிப்பதற்குள் சிவத்தம்பியின் மேல் அறுபது கிலோ மீட்டரில் மோதி சட்டென்று அவன் அவர்கள் பார்வையிலிருந்து மறைந்தான். கார் பைத்தியக்காரத்தனமாகச் சுழன்று ஏறக் குறைய 180 டிகிரி திரும்பி பிளாட்பாரத்தில் ஏறிக்கொண்டு நின்றது. பெண் கன்னத்தில் கை வைத்துக்கொண்டு அலறினாள். இளைஞன் சட்டென்று கதவைத் திறந்துகொண்டு வெளியே வந்து சாலையைப் பார்த்து 'ஓ! மை காட்!' என்றான்.

வாசகர்கள் சிலரின் பலஹீனமான மனநிலையை உத்தேசித்து இந்தக் காட்சியை முழுவதும் விவரிப்பதை ரத்து செய்கிறேன். ஒரே ஒரு விஷயம் மட்டும் சொல்லிவிடுகிறேன்.

'என்ன ஆச்சு! என்ன ஆச்சு! தேவடியாப் பசங்களா! காரா ஓட்டறீங்க' என்கிற இரைச்சலுக்கு மத்தியில் சிவத்தம்பி சலனம் இல்லாமல் விழுந்து சேவிக்கிறவனைப்போல கீழே படுத்திருக்க, சாலையில் அவன் உதிரத்தில் ரூபாய் நோட்டுகள் மிதந்தன.

6

எங்கே தொடங்கலாம்? நீங்களே சொல்லுங்கள். சிவத்தம்பியின் அப்பாயிண்ட்மெண்ட் கடிதத்தைப் பார்த்து மங்களாவுக்குச் செய்தி போனதையா? இளைஞன் போலீசுக்குச் சொல்லி அவர்கள் வர, பின் ஆம்புலன்ஸ் வர, இதெல்லாம்தான் உங்களுக்கு தெரியுமே... நேராக ஆஸ்பத்திரிக்குப் போய் விடலாம், எமர்ஜென்சியில் ஆர்த்தோ வார்டுக்கு. அங்கிருந்து தொடரலாம். சொட்டுச் சொட்டென்று ரத்த பாட்டிலிலிருந்து சிவத்தம்பிக்குள் ரத்தம் இறங்க, அவன் கண் மூடிப் படுத்திருந்தான். அருகே இரண்டு டாக்டர்கள் புதிதாகக் கழுவி வந்த எக்ஸ்ரே படத்தை வெளிச்சத்தில் பார்த்துக்கொண்டே அதில் பென்சிலால் கோடு போட்டு ஒருவருக்கொருவர் பேசிக் கொண்டிருந்தார்கள்.

சிவத்தம்பியின் உடல் கழுத்து வரை மூடப்பட்டிருக்கிறது. சற்று தூரத்தில் கண்ணாடித் தடுப்பு வழியாக கையை அகல விரித்து கண்ணாடிமேல் வைத்து அழுத்திக்கொண்டு மங்களாவும் ரோகிணியும் டாக்டர்களையே பார்த்துக்கொண்டிருக்கிறார்கள். அவர்களிடம் செல்வோம்.

'அம்மா! அப்பா ஏன் படுத்திருக்காங்க.'

மங்களா அவளை வெற்றுப் பார்வை பார்த்தாள். அவள் புடைவை கண்ணீரால் நனைந்திருந்தது.

இங்கிருந்து டாக்டர்களைப் பார்க்கும்போது மௌனப்படம் போல இருந்தது. டாக்டர்கள் அவள் இருக்குமிடத்தைக் குறிப்பிட்டு ஏதோ சொல்ல, ஒரு டாக்டர் தீர்மானித்ததுபோல அவளை நோக்கி வந்தார். கதவு திறந்தது. மங்களா ஆவலுடன் அவர் அருகில் சென்று, 'எப்படி இருக்கார்' என்றார்.

'உயிருக்கு ஆபத்தில்லைம்மா.'

'முழிச்சிக்கிட்டாரா.'

'இல்லைம்மா. மயக்கத்தில்தான் இருக்கார். தெளிஞ்சுரும். நீங்கதானே அவர் மனைவி?'

'ஆமா டாக்டர்.'

'உங்ககிட்ட இதைச் சொல்லவேண்டியது அவசியம்மா.' டாக்டருக்கு வயது ஐம்பது இருக்கும். சாந்தமான முகம். பதற்றம் இல்லாமல் பேசினார். அவள் கண்களை நேராகச் சந்திப்பதில் குற்றமோ தயக்கமோ இல்லாமல் பேசினார். 'உங்க கணவர், தெய்வாதீனமாத் தப்பிச்சிருக்கார். இவ்வளவு மோசமான விபத்துக்கு ஹெட் இஞ்சுரி இல்லாதது ஆச்சரியம்தான். உயிர் பிழைச்சுட்டார். ஆனா...'

'என்ன டாக்டர்?' என்றாள் கலவரத்துடன் மங்களா.

'அவர் ரெண்டு கையையும் ஆம்ப்யூட்டேட் பண்ணவேண்டி வரும்.'

'ஆம்ப்யூட்டேட்னா?''

டாக்டர் நெற்றி வியர்வையைக் கைக்குட்டையில் துடைத்துக் கொண்டார். 'பாருங்கம்மா! ரெண்டு கை மேலயும் சக்கரம் ஏறி எல்லா எலும்பும் மோசமா முறிஞ்சுபோய் ப்ளட் வெஸல்ஸ், டிஷ்யூ எல்லாம் டாமேஜ் ஆயி, நரம்புகள் எல்லாம் துண்டிக்கப் பட்டு... எதுக்கு விவரமாச் சொல்லணும், இனிமே அவருக்கு இரண்டு கையும் உதவாது. முழங்கைல இருந்து வெட்டிர்றது தான் நல்லது!'

'டாக்டர்!' மங்களா மௌனமாக அழுதாள்.

'உக்காருங்கம்மா. இது உங்க பொண்ணா? என்ன பேரு?'

‘ரோகிணி!’

‘அம்மா எதுக்கு அழறா? ஏம்மா அழறே? அப்பாவுக்கு என்ன ஆச்சு?’

‘அழாதீங்கம்மா. நீங்க இந்தச் சந்தர்ப்பத்தில தைரியமா இருக்கணும்.’

‘டாக்டர்! டாக்டர்’ என்று மறுபடி சொல்லிக்கொண்டே தொடர்ந்து அழுதாள். டாக்டர் காத்திருந்தார். சற்று நேரம் மங்களாவின் முக விகாரத்தைப் பார்க்காமல் ஒதுங்கிக்கொள்ளலாம். ஆஸ்பத்திரியில் வேடிக்கை பார்க்க எத்தனை சமாசாரங்கள் இருக்கின்றன. இதோ போகிறது பாருங்கள் உணவு வண்டி, வலைப்பெட்டிக்குள் முட்டை, ரொட்டி எல்லாம் வைத்துக்கொண்டு காஸ்டர் அமைத்த சக்கரங்களில் உருண்டு உருண்டு செல்கிறது. பாருங்கள். அப்பா! எத்தனை பால். அதோ ஆபரேஷன் ஆனவரைப் படுக்கவைத்து உருட்டிக்கொண்டு வருகிறார்கள். பாருங்கள். பலகணி வழியாக எட்டிப் பார்த்தால் பயிற்சி நர்ஸுகள் மார்பில் சிவப்பு பிளாஸ்டிக் பாட்ஜ் குத்திக்கொண்டு நோட்டுப் புத்தகமும் கையுமாக வரிசையாக நடந்து செல்கிறார்களே, அழகாக இல்லை? அப்புறம் பள்ளிச் சிறுமிகள் வாரம் ஒரு முறை கட்டாய ஆஸ்பத்திரிச் சேவைக்காக வந்திருக்கிறார்கள். என்ன உற்சாகமாக ஸ்பெஷல் வார்டில் உதவி செய்கிறார்கள் பாருங்கள்.

மங்களா புடைவைத் தலைப்பால் கன்னங்களை வழித்துத் துடைத்துக்கொண்டு மெல்லப் பேசினாள். ‘கை இல்லைன்னா அவர் உயிரை விட்டுடுவாரே டாக்டர்.’

‘என்னம்மா செய்யறது. கையா உயிராங்கறது பிரச்னை. சீக்கிரமே ஆபரேட் பண்ணியாகணும். பூரா செப்ஸிஸ் ஃபார்ம் ஆயிரும். வெட்டிர்றது நல்லது.’

‘வேண்டாம் டாக்டர்! வேண்டாம். வேற ஏதாவது செஞ்சு கையைக் கொடுத்துடுங்க... படம் படமா வரையற கை அது.’

‘பாருங்கம்மா. இந்தச் சந்தர்ப்பத்தில் பூசி மழுப்பறதில பிரயோசனமில்லை. வெட்ட வேண்டாம்னு அப்படியே காமா சோமான்னு தச்சு ஒப்பேத்திப் பார்க்கலாம். ஆனா ரெண்டு கையும் ஸ்வாதீனமில்லாம தொங்கிக்கிட்டு இருக்கும். செப்ஸிஸ் டேஞ்சர் இருக்கு. அதனால சுத்தமா வெட்டி அப்புறம்

ப்ராஸ்தெட்டிக் பொருத்த முயற்சி பண்ணிப் பார்க்கலாம். என்ன செய்யணும்கிறதை நீங்க உடனே சொல்லியாகணும்.'

'நான் எப்படிச் சொல்வேன். டாக்டர்! என்னத்தைச் சொல்வேன்?'

'அப்ப அவர் முழிச்சுக்கிட்டதும் கேட்டுச் சொல்லுங்க. அவரே தீர்மானிக்கட்டும்.'

'எப்படி டாக்டர்? எப்படி டாக்டர்?' என்று கீழே உட்கார்ந்துகொண்டு அழுதாள்.

'என்னம்மா ஆச்சு அப்பா கை? அப்பா கை என்ன ஆச்சு, சொல்லும்மா?' என்று அவள் புடைவையை மார்பிலிருந்து விலக்கித் தொந்தரவு செய்தாள் ரோகிணி. குழந்தை கிலியில் இருந்தது.

'ஐம் ஸாரி! அவருக்கு அதிகமா அதிர்ச்சி தராம விஷயத்தைச் சொல்லிடுங்க. மார்ஃபியா கொடுத்திருக்கு. கொஞ்ச நேரத்தில் தெளிஞ்சுடுவார். இன்னிக்கு ஆபரேட் பண்ணியாகணும். முடிவு பண்ணிச் சொல்லிருங்க. சுத்தமா எடுத்துர்றதுதான் பெட்டர். அப்புறம் சிக்கல் ஏதும் இருக்காது' என்றார் டாக்டர்.

'என்ன டாக்டர்! கை போறதைவிடப் பெரிய சிக்கல் வாழ்க்கையில் இருக்க முடியுமா?'

'இருக்கும்மா. உயிர் போறது! நாங்க என்னவோ விளையாட்டா இதை தீர்மானிக்கிறோம்னு நினைச்சுடாதிங்கம்மா! கையை வெட்டறதுங்கறது ஒரு கடைசி ஆயுதம் மாதிரி. செகண்ட் ஒப்பினியன் கேட்டுத்தான், இதை மத்த டாக்டர் எல்லாரும் பார்த்துதான் தீர்மானிச்சிருக்கோம். முழங்கையோட வெட்டிட்டு ப்ராஸ்தெஸிஸ்னு சொல்லுவாங்க, மாற்று உறுப்பு போடறதுக்கு சௌகரியமா நல்லாத்தான் செய்வோம். காலம் தாழ்த்தாதீங்க. இப்ப எழுந்திருவார். போய் விஷயத்தை நீங்களே விளக்கிச் சொல்லிர்றதுதான் நல்லது. போங்க, உள்ள போங்க. சிஸ்டர் இவங்களை அழைச்சிக்கிட்டுப் போங்க. நீங்ககூட ரொம்ப மோசமா இருக்கீங்க. சிஸ்டர் இவங்களுக்கு ஒரு காம்போஸ் கொடுங்க. நான் இப்பிடிப் போய்ட்டு வந்துர்றேன். தியேட்டர் ரெடியானதும் தகவல் சொல்லுங்க. என்ன...' டாக்டர் செல்ல, மங்களா பிரமிப்புடன் அந்த அறைக்குள் நுழைந்தாள். அமைதியாகப் படுத்துக்கொண்டிருக்கும் சிவத்தம்பியைப்

பார்த்துக்கொண்டே நகர்ந்தாள். பக்கத்தில் ஆக்சிஜன் சிலிண்டர், டிரிப் எல்லாம், இதுவரை பார்த்ததே இல்லை என்பதால். பயமுறுத்தின. மெல்ல அவனருகில் வந்து அவன் தலையைக் கோதினாள்.

காலையில் அவள் வைத்த குங்குமப் பொட்டு அவன் நெற்றியில் கலையாமல் இருந்தது.

சிவத்தம்பி கொஞ்சம் நினைவு வந்தாற்போல அசைந்தான். அவன் உதடுகள் லேசாக 'இருபத்து ஒன்பது எம் பஸ்ஸு' என்றது. மெல்ல விழித்தான். மங்களாவைப் பார்த்துச் சிரிக்க முயற்சித்தான். 'அப்பா' என்றாள் ரோகிணி, குழந்தையைப் பார்த்து சிரித்தான். சட்டென்று அவன் நெற்றிப் புருவங்கள் பின்னிக்கொள்ள 'வலி' என்றான். சுற்றிலும் பார்த்தான். நர்ஸைப் பார்த்து 'உயிரோடத்தான். உயிரோடத்தான்.'

'உயிரோடத்தான் இருக்கீங்க. யூ ஆர் கோயிங் டு பி ஆல்ரைட்!'

'வலி.'

'எல்லாம் சரியாப் போயிடும்.'

'என்னை ஆச்சு?'

'ஒரு கார் ஆக்சிடெண்ட்.'

'டெபாசிட் கொடுத்தாச்சா?'

'என்னம்மா டெபாசிட்டு?'' என்றாள் நர்ஸ்.

மங்களா, 'எல்லாம் அப்புறம் பார்த்துக்கலாம். நீங்க அலட்டிக் காதீங்க' என்றாள்.

வார்த்தை வார்த்தையாகப் பேசினான். 'கையைத் தூக்க முடியலை மங்களா. நீ வேணா அவங்களுக்கு போன் பண்ணிடு. நாளைக்கு வந்து கொடுத்துர்றேன்னு. பணம் போகலை இல்ல?'

'அதெல்லாம் அப்புறம் பார்த்துக்கலாம். தயவு செஞ்சு...'

'சொல்லிடுங்கம்மா, டாக்டர் வந்து அவசரப்படுத்துவாரு.'

'இப்ப வேண்டாம் சிஸ்டர்... அதிர்ச்சியில் ஏதாவது விபரீதமா ஆயிடும்!'

‘அதிக சமயம் இல்லைங்கம்மா... நாங்க உடனே செயல் படணும். மிஸ்டர் சிவத்தம்பி... ஹவ் டூ யூ ஃபீல்?’

‘வீக் சிஸ்டர்.’

‘நீங்க உயிர் பிழைச்சதே அதிசயம்.’

‘ம்.’

‘உங்க உயிரைக் கொடுத்துட்டு கடவுள் உங்க உங்க... சொல்லுங் கம்மா.’

‘என்ன மங்களா? என்ன சொல்லப்போறே?’

‘என்னங்க, என்னங்க... நான் சொல்றதை தைரியமா கேக்கணும். இப்ப ஒண்ணும் ஆயிடலை. நீங்க உயிர் தப்பிச்சிருக்கீங்க. தலைமேல வண்டி ஏறியிருக்கவேண்டியது, இதோட போச்சு.’

‘சரியாச் சொல்லு மங்களா.’

‘பாப்பா! நீ அங்க விளையாடும்மா.’

‘ம். மாட்டேன்.’

‘என்னங்க, என்னங்க... பதப்படாதீங்க. கேளுங்க, கேளுங்க. இப்ப ஒண்ணும் ஆயிடலை...’

ஆஸ்பத்திரி காரிடாரில் மெடிக்கல் மாணவிகள் இருவர் ஸ்டெத் மாலை அணிந்து, சிரித்து பேசிக்கொண்டு சென்று கொண்டிருந் தவர்கள் அந்த அறையிலிருந்து புறப்பட்ட ‘நோஓ!’ என்ற அதி உச்ச அலறலைக் கேட்டு சற்றே தயங்கித் திரும்பிப் பார்த்து விட்டுச் சென்றார்கள்.

‘நோ, நான் ஒப்புத்துக்க மாட்டேன். என் கை இருக்கு. இதோ இருக்கு! வலிக்குது! இவங்களால சரிபண்ண முடியலைன்னா வேற டாக்டரைக் கொண்டு வாங்க. எனக்குக் கை வேணும்! கை வேணும்! கை! கை!’

மெல்ல மெல்ல அவன் குரல் மாறி, அழுகையாகிக் கரைய, பேசின அலுப்பில் மீண்டும் மயக்கமாகி விட்டான்.

‘என்னங்க, என்னங்க’ என்று மங்களா அவன் கன்னத்தை லேசாகத் தட்டிப் பார்த்தாள்.

அப்போது மற்றொரு டாக்டர் அருகே வந்து மங்களாவைப் பார்த்துப் புன்னகைத்து, 'என்ன சொல்லியாச்சில்லே? அதிக நேரம் தாமதிக்கக் கூடாது. ஆபரேஷனுக்கு ரெடி பண்ணணும்.' என்றார்.

மங்களா, 'அய்யோ! வேண்டாங்க டாக்டர்! வேண்டாம். அவர் நம்ம யாரையும் மன்னிக்கவே மாட்டார்.'

'இதப் பாருங்கம்மா, எங்கள மாதிரி சர்ஜன்களுக்கு எப்பவும் கெட்ட பேர்தான். இப்ப உங்க புருசன் உயிரைக் காப்பாத்த வேண்டியதுதான் முக்கியம். கையை இல்லை! ரொம்ப டாமேஜ் ஆயிருக்கு. சீஃப் சொன்னாரில்லை?'

7

மங்களா எதையும் பகுத்தறியும் நிலையில் இல்லை, உள்ளமெல்லாம் கைதான் நிரம்பியிருந்தது. கை போயிரும். கையில்லாம என்ன செய்யப் போகிறார்.

சர்ஜன்கள் இரண்டு பேர் வந்து சாந்தமாக விளக்கினார்கள். ‘இதப் பாருங்கம்மா. டாக்டர் சங்கர் மெட்ராஸிலேயே மிகப் பிரபலமான ஆர்தோபீடிக் சர்ஜன். அவர்தான் ஆபரேஷன் செய்யப் போகிறார். ஒண்ணும் கவலைப் படாதீங்கம்மா.’

அவர்கள் போஸ்டீரியர், ஆண்டீரியர், பிளாப் என்றெல்லாம் பேசிக்கொண்டிருந்ததைத் திகைப்புடன் பார்த்தாள்.

‘அவர் வேண்டாங்கறாரே டாக்டர்.’

‘யாரும் கையை இழக்க விரும்ப மாட்டாங்கம்மா.’

‘வேற வழியே இல்லையா டாக்டர்?’

‘இல்லையம்மா. உங்களுக்கு ரிலேடிவ்ஸ் யாராவது இருந்தா கூப்பிட்டு வெச்சிக்கம்மா. சௌகரியமா இருக்கும்.’

‘ஆபரேஷன் இப்பவே பண்ணப் போறீங்களா?’

‘சாயங்காலம் பண்ணிரலாம். வீட்டுக்குப் போய் உதவிக்கு யாரையாவது கூட்டிக்கிட்டு வரணும்னா செய்யலாம். நீங்க இங்க ஒண்ணும் செய்யப் போறதில்லை. சும்மா

காத்துக்கிட்டுத்தான் இருக்கணும். இவங்க அப்பா அம்மா யாராவது வராங்களா?'

'ஒருத்தரும் இல்லீங்க அவருக்கு. எங்கம்மா மதுரையிலே இருக்காங்க.'

உறவுக்காரங்க உள்ளூர்ல யாரும் இல்லையா?'

'தெய்வம் ஒண்ணுதாங்க' என்று அழுதாள்.

விபத்தைப் பற்றிக் கேள்விப்பட்டு எதிர்வீட்டு பவுடர் கம்பெனி சேல்ஸ்மேன் மணி வந்திருந்தான். பை நிறைய ஆரஞ்சுப் பழமும் சாக்லேட்டுப் பட்டையும் பிளாஸ்க்கும் கொண்டுவந்திருந்தான். 'பணம் ஏதாவது வேணுமா? இந்தச் சமயத்தில் பணம் தேவையா இருக்கும். தயக்கப்படாமச் சொல்லுங்க.'

அவனை வேண்டாம் என்று துரத்துவதற்கு திராணியில்லை அவளுக்கு. வயிற்றில் மிகவும் கனமாக இருந்தது. என்ன செய்வேன் என்று பொதுவாகக் கேட்டுக்கொண்டிருந்தாள். உட்காரவேண்டும், சாப்பிடவேண்டும், ரோகிணிக்கு ஆகாரம் கொடுக்கவேண்டும். எதுவும் அவளுக்கு உறைக்கவில்லை. மார்ஃபியா தூக்கத்தில் ஆழ்ந்திருந்த கணவனையும், ரத்த அழுத்தம் எடுத்த நர்சுகளையும், அவ்வப்போது வந்து அழுக்குக் காகிதத்தில் எழுதிவிட்டுச் சென்ற வெள்ளை கோட்டு டாக்டர்களையும், விட்ட குறையாகப் பார்த்துக்கொண்டிருந்தாள். 'உங்களுக்கு செலவுக்குப் பணம் வேணுங்களா?' என்று மறுபடி கேட்ட எதிர்வீட்டுப் பன்னாடையை, 'சீ! போடா' என்று சொல்ல நாக்கில்லை.

சிவத்தம்பி அவஸ்தை நிலையில் இருந்தான். வலி கடுமையாகத் தாக்கியது. உள் மனத்தில் எக்டோபிளாசம் போல் வடிவங்கள் மிதந்தன. கனவுபோல் ஏதோ உருவாகியது. கைகள் நடனமாடின. பேனாவுக்கு இங்க் போட்டன. மிருதங்கம் வாசித்தன. நெம்பின. பழத்தோல் உரித்தன. மனைவியின் ரவிக்கைப் பித்தான்களை ஒவ்வொன்றாகக் கழற்றின. ரோகிணிக்குத் தலை வாரிவிட்டன. 'கைவீசம்மா! கைவீசு! கடைக்குப் போகலாம் கை வீசு' என்று பாடிக்கொண்டே பலமாக மிகப் பலமாகக் கை வீசினான்.

விழித்து எழுந்தபோது ஸ்ட்ரெச்சரில் பிரயாணம் செய்துகொண் டிருந்தான். உடன் மங்களா நடந்து வந்துகொண்டிருக்க,

அவளை ஏதோ கேட்கவேண்டும்போல இருந்தது. வார்த்தை எழவில்லை. ஆஸ்பத்திரி உத்தரம் மெல்ல நகர்ந்து கொண் டிருந்தது.

ஒயரிங் ஜங்ஷன் பாக்ஸில் குருவிக்கூடு தெரிந்தது. அறைகள் மாறின. கண்ணாடிக் கதவுகள் திறந்தன. மூடிக்கொண்டன. பளிச்சென்று சமீப சூரியன்போல வெளிச்சம் கண்ணை உறுத் தியது. விநோத தொப்பிகளும் பச்சை அங்கிகளும் அணிந்து முகமூடிக்குமேல் கண்ணாடிக் கண்கள் அவனைப் பார்த்துச் சிரித்தன.

'சரியாப் போச்சா டாக்டர்?' என்று கேட்க நினைத்தான். பெண்ட தால் மணம் அவனை ஆக்ரமித்துக்கொண்டது.

விழித்தான்.

'ஹௌ டு யூ ஃபீல் மிஸ்டர் சிவத்தம்பி?' என்று டாக்டர் புன்னகைத்தார். அவர் முகமூடி இப்போது விலகியிருந்தது.

'சரியாப் போச்சா டாக்டர்?'

'எல்லாம் ஆச்சு! இனிமே பயமில்லை.'

'கை?' என்றான்.

'வாங்கம்மா, பக்கத்திலே இருங்கம்மா.'

மங்களாவின் முகம் தெரிந்தது. 'சரியாப் போயிடுங்க' என்றாள். அவள் கண்ணீர் அவன்மேல் கொட்டியது.

'ஏன் அழற? இப்ப வலிகூட அவ்வளவு இல்லை மங்களா. ஃபிராக்சர் எல்லாத்தையும் செட் பண்ணிட்டாங்களா?' தன்னைப் பார்த்துக்கொண்டான். மார்புவரை போர்த்தியிருந்தது. வலது கையால் அந்தப் போர்வையை விலக்கி இடது கையால் அவளைக் கழுத்தோடு அணைத்துக்கொள்ளும் ஆர்வத்துடன் செயல்பட்டான். போர்வை விலகவில்லை. அணைத்துக் கொள்ள முடியவில்லை.

'கையைத் தூக்க முடியலை மங்களா.'

'என்ன வேணும் உங்களுக்கு? நான் தரேன்!'

'கையைக் கொஞ்சம் தூக்கிவிடு. ரோ எங்கே?'

'இதோ பாருங்க! ரோ, கிட்ட வாம்மா.'

'அப்பா! அப்பா! சரியாப் போச்சாப்பா.'

'கை தூக்க முடியலை கண்ணு. கொஞ்சநாள் கழிச்சு புண் எல்லாம் ஆறிப் போனதும், கை தூக்க முடியும். அப்ப உன்னைக் கட்டி முத்தம் கொடுக்கலாம்னு இருக்கேன். முதுகை அரிக்கிறது மங்களா, ஏன் கையைத் தூக்க முடியலை? அந்த கம்பெனிக்குப் போன் பண்ணிட்டியா? பணம் என்ன ஆச்சு? என் ரெண்டு கையும் தூக்க முடியலை? வலிகூட அதிகம் இல்லையே?'

மங்களா அழுதாள்.

'ஏம்ப்பா! அம்மாவை அழவிடறீங்க? அம்மா! அம்... மா!'

'மங்களா! என்ன மங்களா ஆயிருச்சு? ஏன் மங்களா?'

'உங்களுக்கு, உங்களுக்கு கை இல்லை! எடுத்துட்டாங்க.'

'யார் சொன்னது? கை இருக்கு. இருக்கு மங்களா. இதோ கட்டை விரல் பாரு; இதோ, இதோ' என்று தன் மேனியைப் பார்த்துக் கொண்டான். கட்டை விரல் இருக்கும் மானசீக இடத்தை அசைக் குமாறு அவன் மூளையின் நியூரான்களிலும் ஆக்ஸான்களிலும் செய்தி பறந்துகொண்டிருந்தது. செரிப்ரல் கார்ட்டெக்ஸின் மோட்டார் பகுதிகள் அந்த ஆணைகளைத் திரும்பத் திரும்பப் பிறப்பித்துக் கொண்டிருந்தன. விரல்தான் அசையவில்லை!

'எனக்கு கை இருக்கு. கை இருக்கு மங்களா. எனக்கு கை இருக்கு தானே, சொல்லு மங்களா! ரோ சொல்லும்மா, அப்பாவுக்குக் கை இருக்குதானே! இருக்குதானே! இந்தப் போர்வையை எடு மங்களா!'

மங்களா பதில் சொல்லாமல் இன்னும் கொஞ்சம் பலமாக அழ, சிவத்தம்பியின் குரல் இப்போது வலுப்பெற்று, எழுந்திருக்க முற்பட்டான். வலியை எல்லாம் பொருட்படுத்தவில்லை, 'எங்க அந்த டாக்டர்? அந்த டாக்டரைக் கூப்பிடு. எனக்குக் கை இருக் குன்னு சொல்லச் சொல்லு. இங்க டாக்டர் யாரு? கூப்பிடு. அந்தக் காட்டுமிராண்டிப் பயலுகளை! டாக்டர்! டாக்டர்.'

அவர்கள் மேஜையின் அருகில் எழுதிக்கொண்டிருந்த நர்ஸ் எழுந்துவந்து, 'பேஷண்ட் கெட்டிங் வயலெண்ட்! டாக்டர் சங்கர் சர்ஜிகல் வார்டில் ரவுண்ட்ஸ்ல இருக்காரு. டெலிபோன் பண்ணிக் கூப்பிடறேன். இருங்கம்மா!'

இப்போது சிவத்தம்பி எழுந்து உட்கார்ந்துவிட்டான். கைகளை இங்கும் அங்கும் அசைத்து அசைத்துக் காட்டினான். 'யார் சொன்னது எனக்கு கையில்லைன்னு? இதோ பாரு! அசையலை? அசையலை?'

அசையவில்லை. மங்களாவும் ஸ்டாஃப் நர்ஸும் சேர்ந்து கொண்டு அவனைக் கட்டுப்படுத்திச் சாய்த்துப் பார்த்தார்கள். 'போடி!' என்று கத்தினான். பளேர் என்று இருவரையும் அறையுமாறு அவனுக்குத் தோன்றிய இச்சை காற்றில் பறந்து போயிற்று.

'என்ன சிவத்தம்பி! என்ன ஆயிற்று?' என்று டாக்டர் சங்கர் வர,

'படுபாவி! கை இல்லைங்கறா டாக்டர்! எடுத்தாச்சுங்கறா.'

'இருக்கு. இருக்குங்கறாரு டாக்டர்!'

'கொஞ்ச நாளைக்கு அப்படித்தாம்மா இருக்கும். 'ஃபாண்டம் லிம்பு'ன்னு சொல்லுவாங்க. கை இருக்கிற உணர்ச்சி போறதுக்கு நாளாகும்!'

'என்ன டாக்டர் சொல்றீங்க, எனக்குக் கை இல்லையா? எடுத் தாச்சா?'

'ஸாரி, மிஸ்டர் சிவத்தம்பி. நீங்க இருந்த நிலைமையில் உங்க விபத்தினுடைய தீவிரத்தை அனுசரிச்சு, தவிர்க்கவே முடியாம நாங்க எல்லோரும் கலந்து ஆலோசிச்சு முடிவு பண்ணி...'

'எடுத்துட்டீங்களா? எடுத்துட்டீங்களா? ஐயோ! எடுத்துட்டீங் களா?' என விக்கி விக்கி அழுதான்.

'கிவ் ஹிம் எ செடேட்டிவ் சிஸ்டர்!'

அவன் காயங்கள் ரொம்ப சீக்கிரம் ஆறுவதாகப் பேசிக்கொண் டார்கள். ஆர்ட்டிபிஷியல் லிம்ப் சென்டரிலிருந்து ஒருவர் வந்து கட்டை அவிழ்த்துப் பார்த்தார்.

‘எப்படி?’ என்றார் டாக்டர்.

‘ப்யூட்டிஃபுல் டாக்டர்! ஸ்டப் லென்த் கனக் கச்சிதம். ப்ராஸ் தெஸிஸ் ரொம்ப ஈஸி! பொருத்திரலாம். ஃப்ளாப் வெச்சுத் தச்சீங்களா?’

‘ஆமா, செமி சர்க்குலர்.’

இரண்டில் மூன்று பாகம் வெட்டப்பட்ட தன் கரங்களை சிவத் தம்பி அலட்சியமாகப் பார்த்துக்கொண்டிருந்தான். இப்போ தெல்லாம் அவன் அதிகம் பேசுவதே இல்லை. ஷேவ் பண்ணிக் கொள்ளாமல் தாடி சேர்ந்திருந்தது. மங்களாதான் நிறையப் பேசினாள்.

‘மிஸ்டர் சிவத்தம்பி. கவலையே படாதீங்க. வெளிய தெரியாம நீட்டாப் பொருத்திர்றோம்.’

‘என்ன?’ என்றான்.

‘செயற்கைக் கைகள்.’

‘அதை வச்சிக்கிட்டு என்ன பண்ண முடியும்?’ என்றான் நிதானமாக. அவன் கண்களில் கோபம் நிழலாடியது;

‘கொஞ்சம் லீவரேஜ் கிடைக்கும்; யூ கேன் மூவ் யூவர் லிம்ப்; அண்ட் வித் சம் ப்ராக்டிஸ் யூ கன் ஈவன் லிஃப்ட் சம் ஆப்ஜெக்ட்! டாக்டர் ராமபத்ரன் ஞாபகம் இருக்குதா? இப்ப ஷேவ்கூட பண்ணிக்கிறாரு!’

‘காலாலயா?’ என்றான் சிவத்தம்பி.

‘பட், அஃப் கோர்ஸ்! ஹி லாஸ்ட் ஒன்லி தி ரிஸ்ட்!’

‘படுபாவிங்களா? வெட்டிட்டாங்களே!’

‘என்ன பண்றது மிஸ்டர். கையை எடுத்துட்டு உயிரைக் கொடுத் திருக்கோம். யூ மஸ்ட் பி கிரேட்ஃபுல்!’

‘இந்த மொண்ணைக் கைகளை வச்சுக்கிட்டு என்ன சார் செய்வேன்?’

‘பழகிடுச்சுன்னா...’

‘சொல்லுங்க டாக்டர்! படம் போட முடியுமா? பேப்பர் மடிக்க முடியுமா? கடியாரத்துக்கு சாவி கொடுக்க முடியுமா? பூனைக் குட்டியைப் புடிச்சுத் தடவிக் கொடுக்க முடியுமா? எந்தக் கையால சாக்கோல்ல தேச்சுத் தேச்சு டிராயிங் போடுவேன். கையாலே என்னவெல்லாம் செஞ்சுக்கிட்டு இருந்தேன் தெரியுமா? மரக் கட்டையை வெச்சு சரி பண்ணிட முடியுமா டாக்டர்? என்னை ஏமாத்திட்டீங்க. உங்களுக்கு ஞானம் பத்தலை. அறிவு பத்தலை. என் கையை இவ்வளவு அவசரப்பட்டுத் துண்டிச்சுட்டிங்க. சொல்லக் கூடாதா! கை இல்லாம செத்துப் போயிட்டேன் டாக்டர். அப்பவே செத்துப் போயிட்டேன்!’

‘கொஞ்சம் மெஷர்மெண்ட் எடுத்துரலாமா?’

‘போய்யா. கிட்ட வராத. எனக்கு ஒரு எழவும் வேண்டாம்!’

‘ஹி இஸ் டிஸ்டர்ப்ட்! சிவத்தம்பி அப்புறம் பார்க்கறோம். கொஞ்சம் திங்க் பண்ணிப் பாருங்க. எங்களை வெறுக்கறது ரொம்பச் சுலபம். உங்க நன்மைக்குத்தான் இந்த எக்ஸ்ட்ரீம் ஸ்டெப் எடுத்துக்கிட்டோம்’

‘தாங்க்ஸ்! தாங்க்ஸ்! ரொம்ப தாங்க்ஸ்! பல கோடி தாங்க்ஸ்!’

‘டிரஸ்ஸிங்கை இனிமே மாத்தவேண்டாம். ஜெனரல் டயட்லயே இருக்கலாம்...’ அவர்கள் பேசியது ஏதும் சிவத்தம்பிக்குக் கேட்கவில்லை.

8

எங்க போயிட்டா இந்த பெண்டு கைக்காரி என்று பொதுவாகக் கேட்டான். மங்களா சாப்பாடு எடுத்துவரப் போயிருந்தாள். சுற்றிலும் பார்த்தான். அவனுடன் நாமும் பார்க்கவேண்டியது இப்போது அவசியமாகிறது. சர்ஜிகல் ஆர்த்தோ வார்டிலிருந்து அவனை மாற்றியிருந்தார்கள். பத்துப் படுக்கைகள் கொண்ட சின்ன வார்டு அது. நான்காவது மாடியில் இருந்தது. ஆஸ்பத்திரியில் பிரிட்டிஷ் காலத்துப் பகுதி அது. உயரமான சன்னல்கள். மிக உயரமான விட்டம். அங்கிருந்து நீண்ட குழாயின் முடிவில் தொங்கும் மின்விசிறி ‘கர்க்கி கர்க்கி’ என்று சுற்றிக் கொண்டிருந்தது. சக்கரத்திரை அவனை மற்றவர்களிடமிருந்து மறைத்திருந்தது. வலைப்பெட்டிக்குள் ரொட்டி சீந்தாமல் காய்ந்துபோயிருந்தது. நர்ஸ் வந்து தர்மாமீட்டரை உதறி அவன் நாக்கில் வைத்து சற்று நேரம் பார்த்துக் கொண்டிருந்தாள். சிவத்தம்பி அவள் விரல்களைக் கவனித்தான். இரண்டு விரல்கள் மணிக்கட்டைத் தொட்டுக்கொண்டிருக்க, மற்ற விரல்கள் மோதிரம் அணிந்து, இப்போது விரல்கள் பேனா பிடித்து கார்டில் எழுதின. பைக்குள் பேனாவைச் செருகிக் கொண்டன. அவள் சென்றதும் மெல்ல எழுந்து பார்த்தான். பகல் பன்னிரண்டு மணி இருக்கும். ஆஸ்பத்திரி காம்பவுண்டு சுவர் தெரிந்தது. எதிரே போலீஸ்காரர் குடை நிழலில் கைகளை எல் வடிவத்தில் வைத்து நின்று

கொண்டிருக்க, அவரைச் சுற்றி வாகனங்கள் அவர் கைக்குக் கட்டுப்பட்டு சென்று கொண்டிருந்தன. கைகள் ஸ்டியரிங்கை, சக்கரங்களைத் திருப்ப, கைகள் பிச்சை கேட்டன. கைகள் மர நிழலில் செருப்பு தைத்தன. கைகள்! தலையைச் சிலிர்த்துக் கொண்டான்.

'என்ன பாக்கறீங்க?' என்று மங்களா அவன் தோளில் கை வைத்தாள்.

'தொடாதே. வலிக்குது.'

'பெரிய டாக்டர் வந்தாரா?' என்று சாப்பாட்டுப் பாத்திரத்தைத் திறந்தாள். 'வந்து படுக்கையில உட்காருங்க.'

'அப்பா இங்க பாரு!' என்று ரோ தன் கையைக் காட்டினாள்.

நேற்றைய மருதோன்றி சிவந்திருந்தது. மங்களா அவளைத் தூக்கிக்கொள்ள ரோகிணியின் முத்தத்தை மௌனமாக வாங்கிக் கொண்டான். படுக்கையில் உட்கார்ந்தான்.

மங்களா அவன் மார்பில் துண்டு பரப்பி உணவெடுத்துக் கொடுத்தாள். இரண்டு ஸ்பூன் சாப்பிட்டு விட்டு, 'போதும்'' என்றான்.

'இன்னும் கொஞ்சம் சாப்பிடுங்க. கண்ணில்ல?'

'போதுங்கறேன்' என்று அதட்டினான்.

'ஏன் ஒரு மாதிரி இருக்கீங்க?'

'ஒண்ணும் இல்லை. பணம் எங்க கிடச்சுது?'

'என்ன பணம்?'

'வீட்டுச் செலவுக்கு பணம் எங்கிருந்து வந்தது?'

'எதிர் வீட்டுப் பையன் கடன் கொடுத்திருக்கான்.'

'எவ்வளவு?'

'முந்நூறு. ஆபரேஷனுக்கெல்லாம் சார்ஜ் ஏதும் இல்லை. டயட் சார்ஜ் மட்டும்தான் எடுத்துப்பாங்களாம்.'

'எப்படித் திருப்பிக் கொடுக்கிறதா உத்தேசம்?'

‘அதைப்பத்தி அப்புறம் யோசிக்கலாங்க.’

‘எப்புறம்? இப்பவே யோசிக்கலாம். எப்படித் திருப்பிக் கொடுக்கறது சொல்லு மங்களா? சொல்லு? இந்தப் புருஷனை வெச்சுக்கிட்டு என்ன செய்யப்போறே? கை இல்லாதவங்களை என்ன சொல்லுவாங்க... நொண்டியா, முடவனா?’

‘ஏன் இப்படியெல்லாம் பேசறீங்க? நமக்கு தெய்வம் வழி காட்டாதா?’

‘காட்டும், காட்டும்! தெய்வம் காட்டாட்டாலும் எதுத்த வீட்டுப் பையன் காட்டுவான்!’

‘ஏங்க, என்ன ஆயிருச்சு உங்களுக்கு?’

‘கை போயிருச்சு! சொல்லு மங்களா, என்ன செய்யறதா உத்தேசம்?’

‘சொல்லித்தான் ஆகணும், அதுக்கு இப்ப அவசரம்னா நான் வேலைக்குப் போறதா இருக்கேன்.’

‘நீ போயிட்டா என்னை யார் கவனிச்சுப்பாங்க?’

‘உங்களை நீங்களே கவனிச்சுக்க முடியும்னு டாக்டர் சொல்லியிருக்காரு. அதுக்கப்புறம்தான் வேலைக்குப் போறதா உத்தேசிச்சிருக்கேன்.’

‘நான் வீட்டில உக்காந்துக்கிட்டு ரெண்டு மொன்னைக் கையையும் ஆட்டி பாப்பாவுக்கு வேடிக்கை காட்டிக்கிட்டு இருக்கணுமாக்கும். என்ன வேலை? ராத்திரியா பகலா?’

‘அய்யோ! எதுக்காக இந்தப் பேச்செல்லாம்! இப்ப என்ன ஆயிருச்சு? அன்னிக்கு அந்த ஆளு சொன்னாரு, செயற்கைக் கை போடவர்றவங்க, அதென்ன ரி... என்னவோ சொன்னாங்க.’

‘ரிஹாபிலிடேஷன்.’

‘அவங்க சொன்னாங்க. உடல் ஊனமுற்றவருக்காக வேலை வாய்ப்பு தேடித் தர்ற ஸ்தாபனங்கள் எல்லாம் இருக்குதாம். உங்களுக்கு வேலை கிடைச்சுடுமாம்.’

‘என்ன வேலை செய்ய முடியும்?’

'இல்லைங்க. செயற்கைக் கை பொருத்தினப்புறம் பல வேலைங்க செய்யலாமாம்.'

'சொன்னாங்க, நீ நம்பிட்ட! இதப் பார்! கையை வெட்டினப்புறம் மனுசன் பாதி மனுசன்! முதுகு சொறிஞ்சுக்கக்கூட லாயக்கில்லாத பன்னாடை. பசிச்சா சாப்பிடத் தெரியாத பேதை! குண்டி கழுவக் கூட முடியாது!'

'முதல்ல இந்தப் பேச்சையெல்லாம் நிறுத்துங்க. நல்லாவே இல்லை. கொஞ்சம்கூட நல்லால்லை. இப்ப சாப்பிடப் போறீங் களா, இல்லையா?'

'வேண்டாம். நான் சாப்பிடப் போறதில்லே!'

'சுய பரிதாபத்திலே அப்படியே முங்கிப் போயிடுறீங்க! ரோ, வாம்மா, அப்பா சாப்பிடமாட்டாராம்.'

'சாப்பிடுங்கப்பா.'

'குழந்தை கெஞ்சுது. சாப்பிடுங்க.'

'என்ன இன்னிக்கு பிரமாதமா டிரஸ் எல்லாம் பண்ணிக்கிட்டு வந்திருக்கே?'

'அய்யோ! இப்ப என்ன புதுசா?'

'இல்லை. புடைவை பவுடர் எல்லாம் உனக்கு நல்லாவே இருக்குன்னு சொல்ல வந்தேன். இல்லை ரோ? அம்மா அழகாக இருக்காங்க இல்லை?'

'ஆமாம்ப்பா.'

'சரி, இனிமே நான் பவுடர் போட்டுக்கலை. பூ வெச்சுக்கலை.'

'பரவால்லை. பரவால்லை. எனக்காக உன் சுகத்தை எதுக்காகக் குறைச்சுக்கற?'

மங்களா கண்ணீரைக் கட்டுப்படுத்த முடியாமல் கன்னத்தைத் துடைத்துக்கொண்டாள். சிவத்தம்பி அவளைச் சரியாகப் பார்க்காமல், 'ராத்திரி நீ வந்து படுத்துக்க வேண்டாம். இங்க நர்ஸ் எல்லாம் நல்லாப் பாத்துக்கறாங்க.'

கை ♦ 57

'சரி, வராந்தால படுத்துக்கறேன். இதப் பாருங்க. உங்களை விட்டா எனக்கு வேற யாருங்க? எதுக்காக, இருக்கிற சித்ரவதை போதாதுன்னு...'

'மங்களா, எனக்குக் கை வேணும் மங்களா, கை வேணும். படம் போடணும்! பேப்பர் கொண்டா, பென்சில் கொண்டா, படம் போடணும்.'

'கை இல்லாம எப்படிப்பா படம் போடுவே?'

ரோகிணியின் தலையில் மொட்டென்று குட்டினாள். 'சீ! போ கழுதை!'

'ஆமாம்மா! கையில்லாம ஏதும் செய்ய முடியாதும்மா! அப்பா ஏதும் செய்ய முடியாதும்மா' என்று சிவத்தம்பி அழுகை கலந்த குரலில் சொன்னான்.

காட்சியை இந்த இடத்தில் வெட்டிவிடுவது உசிதம் என்று தோன்றுகிறது. சிவத்தம்பி அபார தன்னம்பிக்கை உடையவன் தான். இருந்தும் கைகள் இரண்டையும் இழந்ததன் அதிச்சி அவனுக்கு விலகவில்லை. யாருக்கும் அவன் இனி உபயோக மில்லை என்கிற எண்ணம் மற்றதை எல்லாம் தாற்காலிகமாகச் சாப்பிட்டிருந்தது. நான் மனைவிக்கு ஒரு பாரம், சுமை என்கிற செய்தி கோப வடிவில் வெடித்தது. வயிற்றைப் பிசையும் பற்பல எண்ணங்கள், பகுத்தறியாத எண்ணங்கள் அவனைத் தாக்கின. உள்ளுக்குள் என்ன என்னவோ வலைகளைப் பின்னிக் கொண்டிருந்தன.

ராத்திரி ஒரு மணிக்கு, தூக்கம் விழித்து எழுந்துவிட்டான். தூரத்து மேசையில் ஸ்டாஃப் நர்ஸ் கவிழ்ந்திருந்தாள். மின் விசிறிகள் சுழன்றுகொண்டிருந்தன. பக்கத்துப் படுக்கைக்காரர் தன் யூரினரி இன்ஃபெக்‌ஷனை மறந்து தூங்கிக்கொண்டிருந்தார். சிவத்தம்பி மெல்ல எழுந்து படுக்கையில் உட்கார்ந்து கொண்டான். எதிரே, சன்னலின் கதவு திறந்திருந்தது. வா என்று ஒரே ஒரு வார்த்தை மட்டும் பேசும் வாய். சிவத்தம்பி மெல்ல அதை நோக்கிச் சென்றான். மங்களா தரையில் முழங்கை மேல் கை வைத்து முந்தானையால் ரோகிணியைப் போர்த்திக்கொண்டு படுத்திருந்தாள். சிவத்தம்பி அந்த வாயை நோக்கி நடந்தான். வெளியே எட்டிப் பார்த்தான். மெலிய இருட்டில் சைக்கிள் ஸ்டாண்டின் அஸ்பெஸ்டாஸ் மண்டை தெரிந்தது.

வேப்பமரம் சலசலத்தது. நான்கு மாடி. அறுபதடியாவது இருக்கும். விழுந்த உடன் உயிர் போய் விடும். உயிர் போயிருக்க வேண்டியவன்தான் நான் அப்போதே. கார் விபத்திலிருந்தே நான் தப்பித்திருக்கக் கூடாது. விபத்தில் நிச்சயம் போயிருக்க வேண்டியவன் என்றுதானே சொன்னார்கள். அதைத் தடுத்து அரைகுறையாக்கி என்னை உலவவிட்டிருக்கிறார்கள். எத்தனை நாள் சங்கடம் தந்துகொண்டு? மங்களாவுக்கு என் சுமை நீங்க இதுதான் உத்தமம். கையில்லை. இல்லாவிட்டால், கடிதம் எழுதியிருக்கலாம். 'அன்புள்ள மங்களா! ரொம்ப சுதந்தரமாக, இஷ்டப்பட்டதை எல்லாம் என்னுடைய சொந்தக்கையால் செய்துகொண்டு இருந்தவன் நான். இப்படி வாழ்நாள் முழுவதும் மற்றவர் கையை நம்பிக்கொண்டு வாழ எனக்கு வராது. என்னை மன்னித்துக்கொள். ரோவை நன்றாகப் படிக்க வை. உனக்கு இன்னும் வயசாகவில்லை. இன்னொரு கல்யாணம் செய்துகொள்ள யாராவது நல்ல மனிதன் நிச்சயம் கிடைப்பான். உன் மறுமணத்தில் எனக்குப் பரிபூர்ண சம்மதமே. உன்னை அணைத்துக் காப்பாற்றத் தகுதியில்லாத உன் கணவன்.'

9

சன்னல் அவன் இடுப்புயரம் இருந்தது. முன் நிமிட சம்பாஷணை மனத்தில் ஓட, பக்கத்தில் இருந்த ஸ்டூலை சப்தமின்றி முழங்காலால் நகர்த்தினான். சுவருக்குப் பின்புறம் காட்டிக்கொண்டு முதுகைத் தேய்த்துத் தேய்த்து அதில் ஏறிக்கொள்ள முடிந்தது. திரும்பினான்.

சன்னலின் பக்க விளிம்பில் சாய்ந்துகொண்டு கீழ் விளிம்பில் ஒரு கால் வைத்து, மற்றொரு கால் வைத்து நின்று கொண்டான். அரைகுறையாக விழ விரும்பவில்லை. சீராகத்தான் குதிக்கவேண்டும்.

இந்த இடத்தில் கதையை வெட்டுவதற்கு மன்னிக்கவும். முக்கியச் செய்தியாக சிவத்தம்பி குதிக்கவில்லை என்று சொல்லி விடுகிறேன்.

மங்களா தூங்கிக்கொண்டிருந்தாலும் அவள் ரத்தத்தில் ஊறிப்போன ஏதோ உள்ளுணர்வு அல்லது ஆஸ்திகர்களுக்குச் சமாதானம் அளிக்கும் வகையில் அவள் வணங்கிய பல்வேறு தெய்வங்களின் பாதுகாப்போ, ஏதோ ஒன்று அவளை எழுப்பியிருக்க, உடனே பக்கத்தில் கட்டிலில் தொட்டுப் பார்த்திருக்கிறாள். ஆள் இல்லை என்று தெரிந்ததும் சகலமும் விழித்துப் பற்றிக்கொண்டு எழுந்துவிட்டாள்.

ரோவும் குலுங்கிப்போய் எழுந்துவிட்டது. அவள் எழுந்த சமயம் சிவத்தம்பி இரண்டாவது காலை சன்னல்

விளிம்பில் வைத்துக்கொண்டிருந்தான். ஓடிப்போய் அவன் சட்டையைப் பிடித்து இழுத்துவிட்டாள். சிவத்தம்பி பாலன்ஸ் தவறி அப்படியே பின் பக்கமாக ஸ்டூல், மங்களா, கொஞ்சம் ரோகிணி என்று எல்லார் பேரிலும் சரிந்து உள்பக்கம் விழுந் தான்.

‘எதுக்குங்க எதுக்குங்க!’ என்று பதறிப் போய், ‘ஓடி வாங்களேன். இவர் செய்ததைப் பாருங்களேன்’ என்று வீறிட்டாள்.

‘என்னை விட்டுடு மங்களா, என்னை விட்டுடு. நான் போறேன். எனக்கு வேண்டாம். என்னால கை இல்லாம முடியாது. முடியாது.’

அவர்கள் ஓடிவருவதற்குள் ரோகிணி சொன்ன ஒரு வாக்கியம் அவனை அப்படியே ஆணி அடித்ததுபோல் நிறுத்தியது. ரோகிணி தன் இரண்டு கைகளையும் ஆசை யுடன் நீட்டி, ‘அப்பா! அப்பா! என் கையை எடுத்துக்குங் கப்பா’ என்றாள்.

கதையின் முடிவுக்கு வந்துவிட்டோம். சிவத்தம்பி அதன்பின் ஒரு உலுக்கு உலுக்கப்பட்டவன்போல் ஆகிவிட்டான்.

மறுபடி அந்த தற்கொலைப் பேச்சே எடுக்கவில்லை. அவன் குணமாகி ஆஸ்பத்திரியை விட்டு டிஸ்சார்ஜ் ஆகி இப்போது வீட்டுக்கு வந்துவிட்டான். வீடு என்ன, அதே அறைதான். கதையின் ஆரம்பத்தில் சொன்னோமே அதேதான்.

பச்சைத் தடுப்பின் பின்புறம்தான் டிரஸ்ஸிங் ரூம். மூலையில் பாத்திரங்கள் அடுக்கி வைத்து ஸ்டவ் எரிகிற அதே சமையல் அறை. மர ஷெல்ஃபில் அதே புத்தகங்கள். மேல் தட்டில் பாண்டேஜ் கட்டிய டிரான்சிஸ்டரில் விவித பாரதி. சங்ஙலில் ஜினியா. மடக்கிய கயிற்றுக்கட்டில். படுக்கை சுருட்டி வைக்கப்பட்டு இருக்கிறது. தரையில் உட்கார்ந்துகொண்டு சிவத்தம்பி கவனமாக வரைந்துகொண்டிருக்கிறான். என்னது வரைந்து கொண்டிருக்கிறானா?

ஆம். சிவத்தம்பி முழங்காலிட்டு உட்கார்ந்திருக்கிறான். மடியில் ஒரு பலகையில் பின் குத்தி வைத்திருந்த பேப்பரில்,

சிவத்தம்பி தன் வாயில் ஒரு நீண்ட பென்சிலைக் கடித்துக் கொண்டு நிறுத்தி நிதானமாக கவனமாக, அழகாக வரைந்து கொண்டிருக்கிறான்.

'யார் கைப்பா இது?'

'யார் கையும் இல்லையம்மா. கை. அவ்வளவுதான்.'

சிலவற்றை அழிப்பது ரொம்பக் கஷ்டம்!